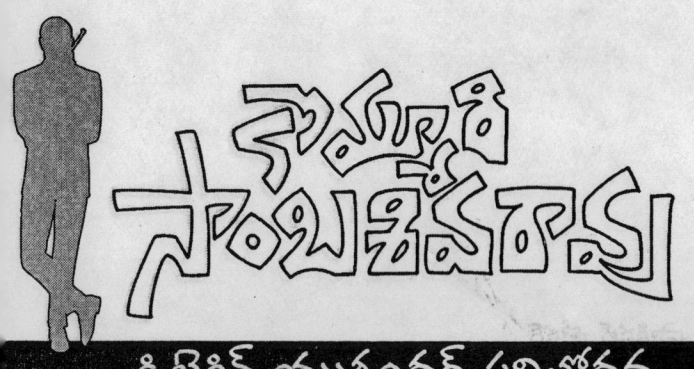

కొమ్మూరి సాంబశివరావు

డిటెక్టివ్ యుగంధర్ పరిశోధన

ప్రాక్టికల్ జోకర్

సాహితి

ప్రాక్టికల్ జోకర్
(డిటెక్టివ్ యుగంధర్ పరిశోధన)
కొమ్మూరి సాంబశివరావు

నవ్య ముద్రణ :
జనవరి, 2013
(మార్చి, 1963 నాటిది)

వెల : **40-00**

ప్రచురణ :
సాహితి ప్రచురణలు
29-13-53, కాళేశ్వరరావు రోడ్డు
సూర్యారావుపేట, విజయవాడ –520 002
ఫోన్: 0866 2436643
e-mail : sahithi.vja@gmail.com

ప్రాక్టికల్ జోకర్

తెల తెలవారుతుండగా తలుపు తట్టిన చప్పుడైంది. అందరికన్నా ముందు మీన నిద్రలేచి కిటికీలోంచి "అమ్మా! తాతయ్యా, అమ్మమ్మ వచ్చారే!" అని అరిచింది. ఆ అరుపుకి యింటిల్లిపాదీ నిద్రలేచారు. సీతమ్మ తలుపు తీసింది, ఆమె భర్త భాస్కరరావు ఆదరాబాదరా బనియన్ తొడుక్కున్నాడు. పెద్దమ్మాయి రేవతి హాల్లో పరుపులు చుట్టుతోంది. సీతమ్మ తండ్రీ, తల్లీ రెండు బుట్టలు, ఒక హోల్డాల్ తీసుకుని లోపలికి వచ్చారు.

"రండి! రండి! మెయిల్‌లో వచ్చారా?" అడిగాడు భాస్కరరావు మామగార్ని.

"అవునయ్యా! టైంకే వచ్చింది మెయిల్" అంటూ చతికిలబడ్డాడు ఆ ముసలాయన.

"సీతా! మీ నాన్నకి కాఫీ తీసుకురా!" అని భాస్కరరావు లోలోన ఆశ్చర్య పడుతున్నాడు. అత్తగారు, మామగారు ముందు ఉత్తరం ముక్కయినా రాయకుండా ఎందుకు యిలా అకస్మాత్తుగా దిగారని.

"అబ్బాయ్! ఇంకా యిలాగే వున్నారేం? అయినా ఉన్నట్టుండి యింత తొందరపడ్డావెందుకు?" అడిగాడు మామగారు భాస్కరరావుని.

భాస్కరరావుకి అర్థం కాలేదు. దేనికి తను తొందరపడ్డాడు! నాలుగు రోజుల క్రితం సీతని చివాట్లు పెట్టాడు దుబారా ఖర్చు చేసినందుకు. అదా! పెళ్ళయి యిరవై ఏళ్ళు దాటింది కదా! సీత యింకా తల్లిదండ్రులకి ఫిర్యాదు చేస్తోందా! మామగారికి జవాబు చెప్పలేదు.

"అదికాదోయ్! ఓ పదిరోజులు ఆగితే ఏం మునిగిపోయిందని! ఇలా ఆదరాబాదరా పెట్టుకుంటే ముచ్చట్లు ఏం తీరుతాయి?" అన్నాడు ముసలాయన మళ్ళీ.

ఇక తను మౌనంగా వుంటే ప్రయోజనం లేదని "మీరు అంటున్నది ఏమిటో నాకు తెలియడం లేదు" అన్నాడు భాస్కరరావు.

సరిగ్గా ఆ సమయానికి సీతమ్మ వంటింట్లోంచి వచ్చి "ఏమండోయ్! ఇదేమిటి! మన రేవతి పెళ్ళికని నాన్నా, అమ్మా బయలుదేరి వచ్చారుట!" అన్నది.

"పెళ్ళా! రేవతికా? మన రేవతికా?" అని భాస్కరరావు పకపక నవ్వి "ఎవరు చెప్పారండీ! మీకేమన్నా కల వచ్చిందా! ఇంకా బి.ఎ. పూర్తిచెయ్యనిదే అప్పుడే దానికి పెళ్ళేమిటి?" అన్నాడు.

ముసలాయన మొహం చిట్లించి "అబ్బాయ్! వేళాకోళానికి వరసా వావీ వుండాలి. మేము కలకనడం ఏమిటి? వారం రోజులనించీ నాకు దగ్గు. మీ అత్తకి కీళ్ళనొప్పులు! అయినా నువ్వు టెలిగ్రాం యిచ్చావు కనుక వెంటనే బయలుదేరి వచ్చాం" అన్నాడు.

"నేను టెలిగ్రాం యిచ్చానా!" భాస్కరరావు ఆశ్చర్యంతో అన్నాడు.

"అవునోయ్! నువ్వే! చూపిస్తానుండు" అంటూ లాంగ్‌కోటు జేబులు వెతికి ఒక కవరు తీసి అల్లుడికిచ్చాడు ముసలాయన.

కవరు చింపే వుంది. అందులోంచి కాగితం బయటికి తీశాడు భాస్కరరావు.

"రేవతీస్ మారేజ్ ఫిక్సెడ్ నైన్‌టీన్త్ ఏప్రిల్. స్టార్ట్ యిమ్మీడియెట్లీ.
భాస్కరరావు."

"నాన్సెన్స్. నేను యివ్వలేదు యీ టెలిగ్రాం" అన్నాడు భాస్కరరావు.

భాస్కరరావు చేతిలోంచి టెలిగ్రాం కాగితం సీతమ్మ, తర్వాత రేవతి, రేవతి చేతిలోంచి మీన తీసుకుని చదివారు.

"ఏమిటోయ్ నువ్వు అనేది! ఈ టెలిగ్రాం నువ్వు యివ్వలేదంటావా? అయితే ఎవరు యిచ్చినట్లు? డబ్బు తగలబెట్టుకుని ఎవడు యిటువంటి పాడుపని చేసినట్టు!" అన్నాడు ముసలాయన.

"నేను చెపుతూనే వున్నాను కదండీ... మీకు ఉత్తరం ముక్కయినా రాయకుండా యిలా పెళ్ళి ఏర్పాట్లు చేస్తారా! ఉన్నపళాన రమ్మని టెలిగ్రాం యిస్తారా! ఏదో పొరబాటున్నదని" అంటోంది అత్తగారు.

అంతలో బయట టాక్సీ ఆగింది. అందులోంచి విశ్వేశ్వరరావు దిగాడు. హోల్డాల్ పుచ్చుకుని లోపలికి వచ్చి "నాన్నా, అమ్మా వచ్చేశారన్న మాట.

బావా! ముందు నోటీస్ యివ్వకుండా యిలా చేస్తే ఎలా! సెలవు దొరకడం చాలా కష్టమైంది. శకుంతలనీ, పిల్లల్నీ తీసుకురావడానికి వీలులేకపోయింది. ఇది నీ తప్పే షార్ట్ నోటీస్" అన్నాడు.

"రేవతి పెళ్ళని నీకూ వచ్చిందా ఏమిటి టెలిగ్రాం?" అడిగాడు భాస్కరరావు బావమరిదిని.

విశ్వేశ్వరరావు అనుమానంగా చూసి "అవును. నిన్న సాయంకాలం ఆరున్నరకి వచ్చింది టెలిగ్రాం. అప్పుడు బాస్ యింటికి వెళ్ళి..."

"పెళ్ళీ లేదు! పెటాకులూ లేదు! ఊరికే వేళాకోళానికి యిచ్చారు టెలిగ్రాం" అన్నాడు ముసలాయన.

"ఇదేం ప్రాక్టికల్ జోక్ బావా! చాలా కాస్ట్‌లీ జోక్. చాలా యిన్‌కన్వీనియెంట్ జోక్" అన్నాడు విశ్వేశ్వరరావు విసుగ్గా.

"నాకేమన్నా మతిపోయిందనుకున్నావా? నేను ఎందుకిస్తాను టెలిగ్రాం?"

"అయితే ఎవరు యిచ్చారు?"

"నాకేం తెలుసు?" అన్నాడు భాస్కరరావు.

"అయితే రేవతికి పెళ్ళి నిశ్చయం కాలేదా?" అడిగాడు విశ్వేశ్వరరావు బావని అనుమానంతో చూస్తూ.

"అదేమిటి అన్నయ్యా! దాని పెళ్ళి ఏర్పాటు చేస్తే ముందు నీకూ వదినకీ ఉత్తరాలు రాయమూ! టెలిగ్రాం యిస్తామా!" అన్నది సీతమ్మ.

"ఏదో హడావిడి పడ్డారనుకున్నాను. లేకపోతే నేనెందుకు బయలుదేరి వస్తాను!" అంటూ జేబులోంచి టెలిగ్రాం తీసి "ఇది మద్రాసులోనే మౌంటురోడ్ పోస్టాఫీస్‌లో యిచ్చిన టెలిగ్రాం. నిన్న సాయంకాలం అయిదింటికి" అన్నాడు.

భాస్కరరావు ఆ టెలిగ్రాం తీసుకుని పరీక్షగా చూశాడు. అవే మాటలు.

అంతలో యింకో టాక్సీ ఆగింది. అందులోంచి భాస్కరరావు తమ్ముడు సర్వోత్తమరావు దిగాడు. బొంబాయినించి విమానంలో వచ్చాడు.

పది గంటలయ్యేటప్పటికి మొత్తం యిరవైమంది బంధువులు దిగారు.

"వచ్చినవాళ్ళం ఎలాగూ వచ్చాము. పోనీ రేవతికి నాలుగురోజుల్లో సంబంధం చూసి పెళ్ళి చేసెయ్యకూడదూ?" అన్నాడు భాస్కరరావు తమ్ముడు సరదాగా.

"బావుంది నీ సలహా!" అని కోప్పడింది సీతమ్మ.

"పోలీస్ కంప్లయింట్ యియ్యి."

"వాడెవడో వాణ్ణి పట్టుకుని చితకబాదాలి. రాస్కెల్."

"వాడెవడికో మన అందరి పేర్లూ, చిరునామాలు ఎలా తెలుసు?"

"బంధువులలో ఎవరో అయివుండాలి."

"లేదా స్నేహితుల్లో ఒకడు అయివుండాలి."

"అవును. వాడికి భాస్కరరావు మీదో, రేవతి మీదో చాలా కసి వుండి వుండాలి."

"పోలీసులు నిముషంలో పట్టుకుంటారు."

"పట్టుకోనీ వాడి సంగతి తర్వాత నేను చెపుతాను."

హాల్లో కూర్చుని అందరూ ప్రాక్టికల్ జోకర్‌ని మనసుతీరా తిట్టుకుంటున్నారు. సీతమ్మకీ, ఆమె తల్లికీ వంటయింట్లో అంతమందికి వండివార్చడంతో సరిపోతోంది.

పది గంటలకల్లా భాస్కరరావు ఆఫీసుకి బయలుదేరాడు. ఆవేళ తను ఆఫీసు మానడానికి వీల్లేదనీ, హెడ్ ఆఫీసునించి ఇన్‌స్పెక్టర్ వస్తున్నాడనీ అందరికీ చెప్పాడు.

✤ ✤ ✤

సాయంకాలం మూడుగంటలకి ఇన్‌స్పెక్టర్ వెళ్ళిపోగానే మేనేజర్ భాస్కరరావుని పిలిపించి "డ్యూటీ విషయంలో మీరు చూపించిన శ్రద్ధకి నేను చాలా సంతోషిస్తున్నాను. ఈ విషయం జనరల్ మేనేజర్‌కి రాస్తాను" అన్నాడు.

"థాంక్స్ సర్"

"ఇక మీరు వెళ్ళవచ్చు. పాపం ఇప్పటికే చాలా ఆలస్యం అయిపోయింది. మీ బంధువులు మీకోసం కాచుకునుంటారు."

భాస్కరరావు ఆశ్చర్యపోయాడు. తనింటికి ఆకస్మికంగా అంతమంది బంధువులు వచ్చారని ఆయనకి ఎలా తెలిసిందా అని.

"అవునండీ! చాలామంది బంధువులు వచ్చారు" అని గొణిగాడు భాస్కరరావు.

"అవును, రారూ! పెళ్ళి అన్నాక బంధువులు రాకపోతే ఎలా!" అన్నాడు మేనేజర్.

"పెళ్ళా!" అడిగాడు భాస్కరరావు. దడదడమంటున్నది అతని గుండె.

"పెళ్ళా!" అని అడుగుతున్నారేమిటి? మీ యిన్విటేషన్ మధ్యాహ్నం వచ్చింది."

"ఇన్విటేషనా!... ఏం యిన్విటేషన్ సార్?" అడిగాడు భాస్కరరావు.

"వాట్ యీజ్ దిస్! నేనేమైనా పొరబడ్డానా! వుండండి చూస్తాను" అంటూ బల్లసొరుగులోంచి ఒక తెల్లని కవరు తీసి, అందులో వున్న ఒక కార్డు చదివి, నవ్వి "నేను పొరబడలేదు. ఐయామ్ వెరీ కరెక్ట్. మీ అమ్మాయి రేవతి వివాహమే..." అంటూ కార్డు భాస్కరరావుకి యిచ్చాడు. భాస్కరరావు మొహం ఎర్రనయింది. చేతులు వొణుకుతున్నాయి. కార్డు తీసుకుని చదివాడు. ఇంగ్లీషులో వుంది.

శ్రీమతి వై.సీతమ్మ
అండ్
శ్రీ వై.భాస్కరరావు
(చీఫ్ అక్కొంటెంట్, ఇండియా మినరల్స్, మద్రాసు)
రిక్వెస్ట్ ది ప్లెజర్ ఆఫ్ యువర్ కంపెనీ విత్ ఫ్యామిలీ అండ్ ఫ్రెండ్స్
ఆన్ ది అకేషన్ ఆఫ్ ది మేరేజ్. ఆఫ్ దైర్ డాటర్
సౌభాగ్యవతి రేవతి
విత్
చిరంజీవి సి.శ్రీనివాసరావు బి.ఎ.,
(యింజనీర్, పి.డబ్ల్యు,డి.)
(సన్ ఆఫ్ లేట్ చింతగింజల ప్రకాశరావుగారు)
ఆన్ ఫ్రైడే ది ఏప్రిల్ నైన్‌టీన్త్ 1963 ఎట్ 6 పి.ఎమ్. ఎట్ రంగనాథ
కళ్యాణ మండపం, త్యాగరాయనగర్,
మద్రాసు–17

ముహూర్తం: డిన్నర్:
6–00 పి.ఎమ్. 8–30 పి.ఎమ్.

"అబద్ధం... యిది వుత్త అబద్ధం!" అన్నాడు భాస్కరరావు.

"వాట్! అబద్ధమా! ఏమిటి అబద్ధం? హియర్ యీజ్ యువర్ యిన్విటేషన్" అన్నాడు మేనేజర్.

భాస్కరరావు ఆ యిన్విటేషన్‌ని యిటూ అటూ తిప్పి "సార్! ఎవడో వెధవ ప్రాక్టికల్ జోక్ వేశాడు. మా అమ్మాయి పెళ్ళి విషయం అసలు నేను ఆలోచించనే లేదు. ఇది నేను పంపించలేదు" అన్నాడు నిట్టూరుస్తూ.

"ఆశ్చర్యంగా వుంది. ఎవడు చేస్తాడు యిటువంటి పాడుపని! ఇన్విటేషన్స్ అచ్చువేసి, పోస్టు ఖర్చు భరించి ఎవడు ఇంత కష్టపడతాడు! ఆర్ యు షూర్?" అడిగాడు మేనేజర్.

"సార్! నాకు యింకా మతిపోలేదు. నా కూతురి పెళ్ళి అయితే, నేనే పెళ్ళి చేయిస్తుంటే నాకు తెలియకుండా ఎలా జరుగుతుంది!" అని తన యింటికి ఆ వేళ బంధువులంతా రావడం చెప్పాడు.

"దిస్ యీజ్ వెరీ సీరియస్. మీరు వెంటనే పోలీసు కంప్లయింటు యివ్వండి. పొద్దున్నే యిచ్చి వుండవలసింది. నాకు ఒక్కడికే కాదేమో! ఇంకా మీ స్నేహితులకి చాలామందికి యిలాంటి యిన్విటేషన్స్ వెళ్ళాయేమో!"

"అవును... వెళ్ళి వుండవచ్చు" నీరసంగా అన్నడు భాస్కరరావు.

"మైడియర్ మాన్! ఇదిగో టెలిఫోన్. మీ స్నేహితులకి కొందరికి టెలిఫోన్ చేసి కనుక్కోండి" అని బల్లమీద వున్న టెలిఫోన్ భాస్కరరావు ముందుకు తోశాడు మేనేజర్.

నలుగురు స్నేహితులకి టెలిఫోన్ చేశాడు భాస్కరరావు. వాళ్ళకీ ఆహ్వానాలు వచ్చాయనీ, పెళ్ళికి రావడానికి ముస్తాబు అవుతున్నామనీ చెప్పారు.

"అవును సార్! చాలామందికి వెళ్ళివుండాలి యిన్విటేషన్స్" అన్నాడు భాస్కరరావు.

"వెంటనే కమీషనర్ని కలుసుకుని చెప్పండి. నేనూ రానా?" అడిగాడు మేనేజర్ సానుభూతితో.

"ప్లీజ్, రండి!"

ఇద్దరూ పోలీస్ కమీషనర్ ఆఫీసుకి వెళ్ళారు.

✤ ✤ ✤

అంతా విన్నాడు పోలీస్ కమీషనర్. ఇన్విటేషన్ పరీక్షగా చూశాడు.

"మేము దర్యాప్తుచేసి ఆ రాస్కెల్‌ని పట్టుకుంటాములెండి. మీరు త్వరగా ఆ రంగనాథ కళ్యాణ మండపం వద్దకు వెళ్ళండి" అని సలహా యిచ్చాడు కమీషనర్.

"నేనా! ఆ కళ్యాణమండపానికి దేనికి?"

"మిష్టర్ భాస్కరరావ్! మీ స్నేహితులు చాలామంది అక్కడికి వస్తారు ఇన్విటేషన్ చూసుకుని. వాళ్ళకి ఏమీ చెప్పకపోతే ఏమనుకుంటారు! పదండి వెళదాం" అన్నాడు మేనేజర్.

✣ ✣ ✣

రంగనాథ కళ్యాణ మండపానికి మేనేజర్ కారులోనే వెళ్ళాడు భాస్కరరావు. అయిదయిపోయింది అప్పటికే. ఐదు ముప్పావు నించీ అతిథులు రావడం మొదలుపెట్టారు.

"ఇదేమిటి పందిరి అయినా లేదు."

"సన్నాయివాళ్ళు దొరకలేదేమో!"

"అసలు పెళ్ళి జరుగుతున్నట్లు లేదు. చడీచప్పుడు లేదు."

వచ్చినవాళ్ళు నవ్వుకుంటున్నారు.

"క్షమించాలి. ఎవడో వెధవ ప్రాక్టికల్ జోక్ వేశాడు. మీకు ఆ యిన్విటేషన్స్ నేను పంపలేదు" భాస్కరరావు ఒక్కొక్కళ్ళకీ చెబుతున్నాడు.

"వాట్! ప్రాక్టికల్ జోకా? ఎవరు? మీరు వేశారా?"

"ఛ ఛ! నేను కాదు. ఎవడో రాస్కెల్!"

"నాకు అరవై నాలుగేళ్ళు. ఈ అరవై నాలుగేళ్ళలో యిటువంటి ప్రాక్టికల్ జోక్ నేనెన్నడూ ఎరగను" అన్నాడు ఒక ముసలాయన.

"ఏదో కారణాంతరాల వల్ల పెళ్ళి ఆగిపోతే ఆ విషయం చెప్పాలి కాని యిలా అబద్ధం చెప్పడం పెద్దమనిషి చెయ్యవలసిన పని కాదు."

"తెచ్చిన యీ ప్రెజెంట్స్ మళ్ళీ నేను వెనక్కి మోసుకుపోలేను. రేవతి కివ్వండి... ఎప్పుడో జరగబోయే పెళ్ళికి యిప్పుడే అడ్వాన్సుగా ప్రెజెంట్ యిచ్చేస్తున్నాను" అన్నారు ఒకరు.

"మిష్టర్ భాస్కరరావ్! దగ్గిర్లో హోటల్ ఏదైనా వున్నదా?" ఎవరో అడిగారు.

"ప్లీజ్, నేను పోలీస్ కంప్లయింట్ యిచ్చాను. పోలీసులు ఆ వెధవని పట్టుకు తీర్తారు. మీకు యింత శ్రమ యిచ్చిన ఆ రాస్కెల్‌కి శిక్ష పడుతుంది" చెపుతున్నాడు భాస్కరరావు.

"మా శ్రమ విషయం కాదు. పాపం మీ విషయం! ఎంత నామర్దా?" అన్నాడు ఒక స్నేహితుడు సానుభూతికి.

రాత్రి పదిగంటల వరకూ అక్కడే వుండి, వచ్చిన వాళ్ళ కందరికీ సమాధానం చెప్పి పదిన్నరకి యింటికి వెళ్ళాడు భాస్కరరావు.

మర్నాటినించీ వచ్చిన బంధువులు వెళ్ళిపోవడం మొదలుపెట్టారు. కొందరు మాత్రం యింత దూరం ఎలాగూ వచ్చాము కదా అని ఓ పదిరోజులుండి వెళ్ళారు.

"ప్రాక్టికల్ జోక్ వేసిన మనిషి గురించి ఏమైనా తెలిసిందా?" అని రోజూ భాస్కరరావు పోలీస్ కమీషనర్‌ని అడుగుతూనే వున్నాడు.

"నీట్ ఆర్ట్ ప్రింటర్స్! బ్రాడ్వే- అక్కడ అచ్చువేశాడుట యిన్విటేషన్స్" చెప్పాడు కమీషనర్.

"ఆనవాలు చెప్పారా?"

"లేదు. అర్జంటుగా ఇన్విటేషన్స్ అచ్చువేసి యివ్వమని ఎవరో టెలిఫోన్ చేసి, మేటర్ టెలిఫోన్‌లోనే చెప్పాడట. సాయంకాలం నాలుగు గంటలకి తయారవుతాయని చెప్పాడు ప్రెస్ మేనేజర్. సాయంకాలం నాలుగు గంటలకి ఎవడో కుర్రాడు వచ్చి, బిల్లు చెల్లించి యిన్విటేషన్స్ తీసుకువెళ్ళాడుట. మేనేజర్ సరిగా చూడలేదుట ఆ కుర్రాణ్ని" అన్నాడు కమీషనర్.

"టెలిగ్రాఫ్ ఆఫీసులో తెలియలేదా?" అడిగాడు భాస్కరరావు.

"లేదు. కౌంటర్ క్లర్క్ టెలిగ్రాం ఫారంలు యిచ్చిన మనిషిని చూడలేదుట."

"అయితే వాడెవడో తెలియదన్నమాట!" భాస్కరరావు చాలా నీరసంగా అన్నాడు.

"ఎందుకు తెలియదు భాస్కరరావుగారూ! వాడెవడో సరదాకి చెయ్యలేదు యీ పని. మీమీదో, మీ అమ్మాయి మీదో వాడికి చాలా ద్వేషం వుండి వుండాలి. కసి తీర్చుకోవడానికి చేసి వుండాలి. అవునా?"

తల వూపాడు భాస్కరరావు.

"వాడికి మీ బంధువుల పేర్లు, మీ స్నేహితుల పేర్లు, వాళ్ళ చిరునామాలు తెలిసివుండాలి. అవునా?"

"అవును."

"మీ బంధువర్గంలోనో, మీ స్నేహితులలోనో అటువంటి మనిషి ఎవరో మీరే సులభంగా కనుక్కోగలుగుతారు. మీరు, మీ అమ్మాయి కలిసి

ఆలోచించండి. మీకు ఎవరిమీద అనుమానం వున్నదో చెపితే మేము క్షణంలో దర్యాప్తు చేసి తేల్చేస్తాము" కమీషనర్ చెప్పాడు.

ఆ రాత్రి పన్నెండు గంటల వరకూ భాస్కరరావు, అతని భార్య సీతమ్మ కూతురు రేవతి కూర్చుని చర్చించారు ఎవరు అయివుంటారా అని.

"నాన్నా! ఆ సదానందం అయ్యుండవచ్చు" అన్నది రేవతి.

సదానందం భాస్కరరావు పెదతండ్రి కూతురు కొడుకు. బి.ఏ. చదువుతున్నాడు.

"వాడా! వాడు చేసివుంటాడా యీ పాడుపని! ఎందుకు నీకు వాడిమీద అనుమానం కలిగింది?" అడిగాడు భాస్కరరావు కూతుర్ని.

రేవతి చెంపలు ఎర్రబడ్డాయి. "ఆ మధ్య నాకు కొన్ని ఉత్తరాలు రాశాడు" అని చెప్పింది.

"ఉత్తరాలా! నీకు రాశాడా! నాకు చెప్పలేదేం! పోస్టులో వచ్చాయా?" భాస్కరరావు కోపంగా అడిగాడు.

"లేదు నాన్నా! కాలేజీకి వెళుతుంటే యిచ్చాడు. ఇక ఎప్పుడూ అలాటి ఉత్తరాలు రాయవద్దని చివాట్లు పెట్టాను."

"ఏమన్నాడు?"

"నన్ను పెళ్ళి చేసుకుంటానన్నాడు."

"ఊఁ!"

"నాకు ఇష్టం లేదని చెప్పాను."

"తర్వాత?"

"చేసుకుని తీర్తానని శపథం పట్టాడు" అన్నది రేవతి.

"వాడు రాసిన ఉత్తరం వుందా?"

"ఉంది."

"తీసుకురా."

అది ప్రేమలేఖ. మర్నాడు భాస్కరరావు ఆ ఉత్తరం కమీషనర్‌కిచ్చి తన అనుమానం చెప్పాడు.

ఇన్విటేషన్స్ కవర్లమీది దస్తూరితో పోల్చిచూసి "మేము దర్యాప్తు చేస్తాం లెండి" అన్నాడు కమీషనర్.

ఆ వేళ సాయంకాలమే సదానందం తండ్రి రాజారావు భాస్కరరావు ఇంటికి వచ్చాడు.

“మా సదానందం అటువంటి పనిచేశాడని నీకు అనుమానముంటే నాతో చెప్పవలసింది. నువ్వూ, నేనూ కలిసి వాణ్ణి అడిగేవాళ్ళం. అంతే కాని బంధువులమని ఆలోచించకుండా పోలీస్ కంప్లయింట్ ఇవ్వడం ఏమిటి?” అరిచాడు రాజారావు.

“అటువంటి పాడుపని చేసినవాడ్ని లాకప్‌లో పెట్టి చితకబాదాలి” అన్నాడు భాస్కరరావు అక్కసుతో.

“అవును. చితకబాదాలి. నేనూ ఒప్పుకుంటాను. కాని మా సదానందం చేశాడని నువ్వు ఎందుకు అనుకున్నావు?”

“అనుమానం కలిగింది కనుక. రేవతికి ప్రేమలేఖ రాసి, కాలేజీకి వెళుతుంటే తోవలో యిచ్చి అల్లరి చేశాడుట.”

“అది అబద్ధం. అల్లరి చెయ్యలేదు. ప్రేమలేఖ రాసిన మాట నిజం. రేవతి తెలివైనదీ అందమైనదీ కనుక వాడికి రేవతి అంటే యిష్టం కలగడంలో అసహజం ఏమీ లేదు. అలా ప్రేమలేఖ రాసి యివ్వడం తప్పే కాని ఘోరమైన నేరం కాదు. వరస కనక పెళ్ళి చేసుకుంటానన్నాడు.”

“తన కిష్టం లేదని చెప్తే పెళ్ళి చేసుకుని తీర్తానని శపథం పట్టాడుట.”

“అవును. ఆ విషయమూ చెప్పాడు సదానందం. రేవతి అంటే వాడికి అంత ఇష్టం.”

“ఇష్టమున్నవాడు చెయ్యవలసిన పనేనా ఇది! ఎవడితోనో పెళ్ళి అని యిన్విటేషన్స్ పంపిస్తాడా!”

“వాడు పంపించాడని ఎలా అంటావోయ్! ఏమిటి ఆధారం? ఆ శ్రీనివాస్ ఎవరో, ఆ చింతగింజల ప్రకాశరావు ఎవరో కనుక్కో.”

“చింతగింజల ప్రకాశరావూ లేదు, శ్రీనివాసూ లేదు... అంతా కల్పన.”

“అందుకని మావాడి మీదికి తోస్తావా! ఇదేం బాగాలేదు. ఇన్విటేషన్స్ ప్రింట్ చేసిన రోజున, టెలిగ్రాంలు యిచ్చిన రోజున మావాడు అదృష్టం కొద్దీ వూళ్ళో లేడు కనుక సరిపోయింది. లేకపోతే వాణ్ణి అనవసరంగా పోలీసులు పట్టుకునేవాళ్ళు.”

"మీవాడు ఆ పని చెయ్యలేదని పోలీసులు నిర్ధారణ చేశారా?" అడిగాడు భాస్కరరావు.

"ఆc! గంటక్రితం వొదిలేశారు."

"సదానందం చెయ్యలేదని నిశ్చయంగా తేలిందా?" అడిగాడు భాస్కరరావు.

"తేలిందయ్యా, తేలింది. వాడు చెయ్యడు అటువంటి పాడుపని" అని భాస్కరరావుని తిట్టి వెళ్ళిపోయాడు రాజారావు.

ఇంకెవర్ని అనుమానించాలో పాలుపోలేదు భాస్కరరావుకి. ఆ ప్రాక్టికల్ జోకర్ ఎవరో తేలనే లేదు. పదిహేను రోజులు గడిచిపోయాయి.

✤ ✤ ✤

"ఏమిటండి బయట ఆ చప్పుడు? ఎవరో గుమ్మం దగ్గిర మాట్లాడు తున్నారు?" అన్నది సీతమ్మ భర్తని నిద్రలేపి.

చీకటిగా వుంది. టైంపీస్ నాలుగుగంటలు చూపిస్తోంది.

"ఎవరు యింత తెల్లారగట్టే లేచి, బయట అంత గొడవ చేస్తున్నారు?" అంటూ తలుపు తీయబోయాడు భాస్కరరావు.

"దొంగలేమో! తలుపులు తియ్యకండి" అన్నది సీతమ్మ.

భాస్కరరావు నవ్వి "దొంగలయితే అంత గొడవ ఎందుకు చేస్తారు! మరీ నీ చాదస్తం" అని తలుపు తీసి "ఎవరు?" అడిగాడు.

"నేను, కాంభోజి శాస్త్రిని. ఇది 98 నెంబర్ యిల్లేకదండీ...?"

"అవును."

"తెచ్చేశామండీ! అన్నీ తెచ్చేశాము. అంతా కట్టి తయారు చేసేశాము."

"ఏమిటండీ తయారుచేసింది?" అడిగాడు భాస్కరరావు.

"పాడె."

"పాడా? పాడె దేనికి?"

"అయ్యా! రాత్రి పన్నెండు గంటలకు గున్నేశ్వరరావుగారు వచ్చి ముప్ఫయి రూపాయలు ఇచ్చి వెళ్ళారు. కట్టెలు, కుండ, బట్ట తీసుకుని, బ్రాహ్మణులని తీసుకురమ్మని చెప్పారు."

"దేనికయ్యా బ్రాహ్మణులు?" విసుగ్గా అడిగాడు భాస్కరరావు.

కాంభోజిశాస్త్రి దగ్గిరగా వచ్చి "ఇది 98 నెంబర్ యిల్లే కదండీ!" అడిగాడు.

"అవును."

"అయితే పొరపాటు ఏమీలేదు. శ్రీ వై. భాస్కరరావుగారు రాత్రి తొమ్మిది గంటలకి కాలం చేశారనీ, తెల్లారేసరికి అంత్యక్రియలు ముగియాలనీ, ఏర్పాట్లు చెయ్యమనీ చెప్పి గున్నేశ్వర్రావు డబ్బు యిచ్చి వెళ్ళారండీ! పాడె కట్టేశాము. అంతా రెడీ. ఇక మోయడమే మిగిలింది. భాస్కరరావుగారి శవం ఎక్కడున్నదో..."

"నోరుముయ్యి శాస్త్రులూ! అలా పేలావంటే చీపురు తీసుకుంటాను" అరిచింది సీతమ్మ.

ఆ అరుపు విని పక్క యిళ్ళల్లో వాళ్ళు వచ్చారు.

శాస్త్రులు తప్పు ఏమీలేదనీ, ఎవరో వెధవ అల్లరికి అలా చేశాడనీ అందరూ సర్ది చెప్పారు. తెచ్చిన వస్తువులు తీసుకుని, భాస్కరరావుని అనుమానంగా చూస్తూ శాస్త్రులు వెళ్ళిపోయాడు.

✤ ✤ ✤

"వాడెవడో మీమీద చాలా కసి పెట్టుకున్నాడు. శాస్త్రుల్ని పిలిపించి నేను వాడి ఆనవాలు తెలుసుకుంటాను. ఈసారి దొరికిపోతాడు లెండి" చెప్పాడు కమీషనర్ భాస్కరరావుకి.

అర్ధరాత్రి నిద్రమత్తులో తను ఆ మనిషిని సరిగా చూడలేదనీ, ఆనవాలు సరిగా చెప్పలేననీ అన్నాడు శాస్త్రులు. గున్నేశ్వరరావు అనే అతను భాస్కరరావు స్నేహితులలో కానీ, బంధువుల్లో కానీ లేడు! గున్నేశ్వరరావు ఆచూకీ తెలియలేదు.

✤ ✤ ✤

వారం రోజులు గడిచాయి. "మీకు టెలిఫోన్ కాల్ వచ్చింది. మేనేజర్ పిలుస్తున్నారు" అన్నాడు కుర్రాడు.

భాస్కరరావు మేనేజర్ గదిలోకి వెళ్ళి, రిసీవర్ తీసుకుని "హల్లో! భాస్కరరావు స్పీకింగ్!" అన్నాడు.

"దయానా కాలేజీనించి. మీ అమ్మాయి మేడమెట్లమీదనించి దొర్లి కింద పడింది. కాలి ఎముక విరిగింది. ఆస్పత్రికి తీసికెళ్ళాలి అంబులెన్స్‌కి ఫోన్ చేశాము. మీరు వెంటనే వస్తే మంచిది."

"వస్తున్నాను!" అని రిసీవర్ పెట్టేసి, మేనేజర్ అనుమతి తీసుకుని ఆదరాబాదరా భాస్కరరావు డయానా కాలేజీకి వెళ్ళాడు టాక్సీలో.

"మీ అమ్మాయికి కాలు విరిగిందా? కాలేజీలోనా! నో... నో! ఏదో పొరపాటు జరిగివుండాలి. కాలేజీలో అటువంటి ఆక్సిడెంట్ జరిగితే నాకు తెలుస్తుంది. అయినా కనుక్కుంటాను" అని మీన కోసం క్లాస్‌రూమ్‌కి కబురు పంపించింది ప్రిన్సిపాల్. పది నిమిషాలలో మీన ప్రిన్సిపాల్ గదిలోకి వచ్చింది.

"ఎవడో వెధవ ప్రాక్టికల్ జోక్ వేశాడు. పోలీస్ కంప్లయింట్ యివ్వండి" అని సలహా యిచ్చింది ప్రిన్సిపాల్.

✣ ✣ ✣

ఇంకో పదిరోజులు గడిచాయి.

ఓరోజు మధ్యాహ్నం భాస్కరరావుకి టెలిఫోన్ కాల్ వచ్చింది. "యస్ భాస్కరరావు స్పీకింగ్" అన్నాడు.

"మీ అబ్బాయి రవికి వున్నట్టుండి 105 డిగ్రీల జ్వరం వచ్చింది. డాక్టర్ వచ్చి చూసి వెంటనే జనరల్ ఆస్పత్రికి తీసుకువెళ్ళమని చెప్పాడు. మీ ఆవిడ మీకు టెలిఫోన్ చేసి చెప్పమన్నది" ఇంకా చెప్పబోతున్నాడు అవతలనించి.

"యు రాస్కెల్! యు స్కౌండ్రల్! మొగాడివి అయితే ఎక్కడున్నావో చెప్పు! పారిపోక. తోలు వొలుస్తాను" అన్నాడు భాస్కరరావు అతను చెపుతున్న మాటలు వినిపించుకోకుండా.

"భాస్కరరావుగారూ!" అన్నాడు అతను అవతలనించి.

"రాస్కెల్! వెధవ! ఛండాలపు, దుర్మార్గపు నీచుడా" కసిదీర తిడుతున్నాడు భాస్కరరావు. అవతల మాట్లాడుతున్న అతను డిస్కనెక్ట్ చేసేశాడు.

సాయంకాలం ఆరుగంటలకి యింటికి చేరుకున్నాడు భాస్కర్‌రావు. ఇల్లు తాళం వేసి వుంది. పక్క ఇంట్లోకి వెళ్ళి అడిగాడు తన యింట్లో వాళ్ళందరూ ఎక్కడికి వెళ్ళారని.

"జనరల్ ఆస్పత్రికి వెళ్ళారు. మీ అబ్బాయికి వున్నట్లుండి 105 డిగ్రీల జ్వరం వచ్చింది. డాక్టర్ వెంటనే ఆస్పత్రికి తీసుకువెళ్ళమన్నాడు. మధ్యాహ్నం భోజనానికి మావారు యింటికి వచ్చినపుడు మీకు టెలిఫోన్ చేసి చెప్పమని మీ ఆవిడ చెప్పింది. మీకు టెలిఫోన్ చేస్తే మీరు నానా తిట్లూ తిట్టారుట."

"క్షమించండి. ఎవరో అనుకున్నాను. ఆయనకి తర్వాత క్షమాపణ చెప్పుకుంటాను" అని జనరల్ ఆస్పత్రికి పరిగెత్తాడు భాస్కరరావు.

పిల్లవాడికి జ్వరం నాలుగురోజుల తర్వాత తగ్గింది. యింటికి వచ్చేశారు.

✤ ✤ ✤

వారం రోజులు గడిచాయి. పోలీస్ కమీషనర్ని కలుసుకుంటూనే వున్నాడు భాస్కరరావు. ఆ ప్రాక్టికల్ జోకర్ ఎవరో తెలియలేదు. ఎంత ఆలోచించినా ఎవరిని అనుమానించడమో తెలియడం లేదు. తను ఎవరికి అంత అపచారం చేశాడు! తనమీద ఎవరు యింత కసి పెట్టుకున్నారు! చిన్నప్పట్నించీ తను ఎవరెవరితో, ఎందుకెందుకు తగాదాలు పెట్టుకున్నదీ జ్ఞాపకం తెచ్చుకోవడానికి ప్రయత్నించాడు. ఏడేళ్ళప్పుడు లింగరాజుని తన్నాడు తన గోళీలు ఎత్తుకు పోయినందుకు. అది యింకా జ్ఞాపకం పెట్టుకుని అ లింగరాజు ఈ పనులన్నీ చేస్తాడా! ఎక్కడున్నాడో, ఏం చేస్తున్నాడో లింగరాజు. ఛ ఛ! ఎప్పుడో మరిచిపోయి వుంటాడు, గోళీలకోసం పోట్లాడిన ఆ పోట్లాట. తను స్కూలు ఫైనల్ చదువుతున్నప్పుడు తన వెనక బెంచీలో కూర్చున్న పాపారావు సెలక్షన్ పరీక్షల్లో తన ఆన్సర్ పేపర్లు చూసి కాపీ కొడుతుంటే ఫిర్యాదు చేశాడు. పాపారావుని టీచర్ చివాట్లు పెట్టాడు. పాపారావు యిన్నేళ్ళ తర్వాత ఆ కసి తీర్చుకుంటాడా! అతను యిప్పుడు ఒక పెద్ద కంపెనీలో ఇంజనీర్. ఆ మధ్య రైలుస్టేషనులో కనిపించాడు. కులాసాగా కబుర్లు చెప్పాడు. అప్పటి కోపం ఉన్నట్టే లేదు. నెలకి ఎనిమిదివందలు జీతం అని చెప్పాడు. అతను యిప్పుడు యిలాటి పనులు చేస్తాడని ఎలా అనుకోవడం! అలా ఆలోచిస్తూ తనని తనే రకరకాల ప్రశ్నలు వేసుకుంటూ రాత్రిళ్ళు సరిగా నిద్రపోయేవాడు కాదు భాస్కరరావు.

"వాడు ఎవడో ఎప్పుడో బయటపడుతుంది లెండి! మీరిలా వూరికే ఆలోచించి ఆలోచించి మనస్సు పాడుచేసుకోకండి. నిద్ర సరిగా లేక కళ్ళు ఎలా గుంటలు పడ్డాయో!" అని సీతమ్మ భర్తకి ధైర్యం చెప్పేది. ఎవరు ఏం చెప్పినా భాస్కరరావు మనస్సు కుదుటపడలేదు. ఆ ప్రాక్టికల్ జోకర్ దొరకాలి... ఎలా!

నిద్రలేచి, మొహం కడుక్కుని వచ్చి దినపత్రిక తీసుకున్నాడు భాస్కరరావు. సీతమ్మ కాఫీ తెచ్చి ఇచ్చింది. రేవతి తన కాఫీ గ్లాసు తీసుకుని హాల్లోకి వచ్చి "నాన్నా! వెనక పేజీలో చూడు. ఎవరో నీలాగే వున్నారు" అన్నది.

"ఏ పేజీ?" అంటూ దినపత్రిక కాగితాలు తిప్పాడు.

"ఇదా! అవును సుమా!" అంటూ ఆగిపోయి "రాస్కెల్! వీడు చేస్తున్న పనులకి హద్దు లేదు" అన్నాడు పళ్ళు పటపట కొరుకుతూ.

"ఏమిటి నాన్నా!" అంటూ రేవతి పత్రిక తీసుకుని చూసింది.

అది అబిచూరీ కాలం. సింగిల్ కాలంలో భాస్కరరావు ఫొటో అచ్చువేసి వుంది.

వై. భాస్కరరావు (చీఫ్ అక్కౌంటెంట్: ఇండియా మినరల్స్ మద్రాసు) నిన్న రాత్రి పదకొండు గంటల నలభై నిమిషాలకి గుండెపోటు వచ్చి మమ్మల్ని విడిచి పరలోకానికి వెళ్ళిపోయారు. వయసు నలభై ఎనిమిది. వారి ఆత్మకి శాంతి కలుగుగాక!

దుఃఖభారంతో,

భార్య- సీతమ్మ,

కుమార్తెలు- రేవతి, మీన."

ఆ ప్రకటన చూసి ఏమనాలో తెలియక రేవతి పత్రికని నేలకేసి విసిరి కొట్టింది.

"రాస్కెల్! ఛండాలపు వెధవ. నా చేతికి దొరికితే వాడి పని చెప్తాను" అరుస్తున్నాడు భాస్కరరావు.

"ఏమిటండి! ఎందుకు అలా అరుస్తున్నారు?" అంటూ సీతమ్మ హాల్లోకి వచ్చి "ఏమిటే! ఏమైంది? ఎందుకు మీ నాన్న అలా మండిపడుతున్నారు?" అడిగింది కూతుర్ని.

రేవతి పత్రిక తల్లికి ఇచ్చింది. ఆవిడ భర్తఫోటో చూసి "పత్రికలో ఫొటో వేస్తే ఎందుకండీ అంత కోపం!" అన్నది.

"వెధవ! చితకబాదుతాను" అరుస్తున్నాడు భాస్కరరావు.

"రేవతీ! నువ్వయినా చెప్పవే ఆ పత్రికలో ఫొటో వేస్తే మీ నాన్నకి ఎందుకంత కోపం! అందరి ఫొటోలూ వేస్తారా ఏమిటి? ఎందుకు వేశారు?"

రేవతి చెప్పలేకపోయింది. బిక్కమొఖంతో తండ్రిని చూసింది.

"ఎందుకేశారా? నేను చచ్చానని!"

"అదేమిటండీ!"

"అవును. నేను చచ్చానని నా ఫొటో వాడే వేయించి వుండాలి. నువ్వూ పిల్లలూ వేసినట్టు రాశాడు" అని పెద్దగా చదివాడు పత్రికలో ప్రకటన.

"ఆరి వాడి కడుపు మండిపోనూ!" అని సీతమ్మ వెక్కి వెక్కి ఏడ్వటం మొదలుపెట్టింది.

"ఏడవకే... నేను చావలేదుగా! బతికే వున్నానుగా! నిజంగా నేను చచ్చినట్లు అలా ఏడుస్తావేమిటి?"

సీతమ్మ ఏడుపు మానలేదు. ఏడుస్తోంది.

"ఛ ఛ! ఏడుపు మాను. ఎవరయినా చూస్తే నేను నిజంగానే చచ్చానను కుంటారు" అని భాస్కరరావు తువ్వాల తీసుకుని స్నానానికి వెళ్ళాడు.

అతను నీళ్ళగదిలో అడుగుపెట్టిన రెండు నిమిషాలకి ఇంటిముందు ఓ కారు ఆగింది. భాస్కరరావు ఉద్యోగం చేస్తున్న కంపెనీ మేనేజర్, ఆయన భార్య వచ్చారు. ఏడుస్తున్న సీతమ్మని చూసి మేనేజర్ భార్య కళ్ళనీళ్ళు పెట్టి "ఊరుకోండి! మీరు ఇలా ఏడిస్తే పిల్లలు ఏమవుతారు?" అని ఓదారుస్తోంది.

అంతలో భాస్కరరావు నీళ్ళగదిలోంచి వచ్చి మేనేజర్ని చూసి, ఆశ్చర్యపోయి "గుడ్‌మార్నింగ్!" అన్నాడు.

మేనేజరు, అతని భార్య కళ్ళు అప్పగించి చూస్తున్నారు భాస్కరరావుని.

"పత్రికలో ప్రకటన చూసి వచ్చినట్టున్నారు" అన్నది రేవతి.

మేనేజర్ కంగారుగా "యస్. యస్. ఐ యామ్ సారీ!" అన్నాడు.

భాస్కరరావు నిట్టూరుస్తూ మేనేజర్‌కి ఎదురుగా కూర్చున్నాడు.

"వాడేనండీ! ఆ ప్రాక్టికల్ జోకర్... వాడే!" అన్నాడు.

ఇంటిముందు ఇంకో కారు వచ్చి ఆగింది. భాస్కరరావు దూరపు బంధువులు కారు దిగి వస్తున్నారు. వాళ్ళంతా ఇంట్లోకి రాకముందే ఇంకో టాక్సీలో సదానందం అతని తండ్రి రాజారావు దిగారు. మరొక పదినిమిషాలలో ఇంకో నాలుగు కార్లు వచ్చాయి. బయట కార్లు ఆగి వుండడం చూసి పక్క ఇళ్ళవాళ్ళు కూడా రావడం మొదలుపెట్టారు.

"ఆ పత్రిక మీద దావా వెయ్యండి!" ఎవరో సలహా యిచ్చారు.

"వెంటనే బంధువులందరికీ టెలిగ్రామ్‌లు ఇవ్వండి. లేకపోతే పాపం ఊళ్ళనించి వస్తారు."

"వాడెవడికో మీ ఫొటో ఎలా దొరికింది?"

"అయినా నిజమో కాదో తెలుసుకోకుండా పత్రికవాళ్ళు ఎలా వేశారు?"

"అయ్యో పాపం! నేను చావలేదు. బతికే వున్నానని ఆ పెద్దమనిషి అందరికీ చెప్పుకోవాలి" సానుభూతితో మాట్లాడుతున్నారు.

"ఏయ్ భాస్కరరావ్! లోపలికి వెళ్ళవయ్యా! నువ్వు ఇక్కడే కూర్చుంటే వచ్చేవాళ్ళు జడుసుకుంటారు" అన్నాడు అతని స్నేహితుడొకడు నవ్వుతూ.

"ఆ పత్రికలోనే మళ్ళీ ప్రకటించమని చెపితే సరి."

"ఏమని?"

"పొరపాటు జరిగిందని."

వచ్చినవాళ్ళు అందరూ ఎవరిదారిన వాళ్ళు వెళ్ళిపోయారు. భాస్కరరావు తలమీద చెయ్యి పెట్టుకుని కూర్చున్నాడు.

"వీడెవడో జీవితం దుర్భరం చేస్తున్నాడు" అన్నాడు.

"నాన్నా!" పిలిచింది రేవతి.

"ఏమిటమ్మా!"

"డిటెక్టివ్ యుగంధర్‌గార్ని కలుసుకోకూడదూ?"

"డిటెక్టివ్ యుగంధరా!"

"అవును నాన్నా! ఈ మధ్యనే నేను పత్రికలో చదివాను ఆయన అపరాధ పరిశోధనలో చాలా మేధావి అని. ఈ ప్రాక్టికల్ జోకర్‌ని ఆయన పట్టుకోగలరు, పట్టుకు తీర్తారు" అన్నది రేవతి.

"చాలా డబ్బు అడుగుతాడేమో!"

"కలుసుకుని మాట్లాడితే ఏం నష్టం! అడిగి చూడరాదూ! మరీ ఎక్కువ డబ్బు అడిగితే ఇచ్చుకోలేమని చెప్పవచ్చు."

"అవునండీ, రేవతి చెప్పిన ఆలోచన బావుంది" సీతమ్మ ప్రోత్సహించింది.

"ఐతే రేపు వెళతాను" అన్నాడు భాస్కరరావు.

"రేపు ఎందుకు? ఇప్పుడే వెళ్ళరాదూ!"

"అవును. ఇప్పుడే వెళ్ళవచ్చు. ఆలస్యం దేనికి!" అంటూ భాస్కరరావు కోటు వేసుకున్నాడు.

2

"రండి! కూర్చోండి!" అన్నాడు డిటెక్టివ్ యుగంధర్ భాస్కరరావునీ, రేవతినీ పరీక్షగా చూస్తూ.

బెదురుతూ దిక్కులు చూసి భాస్కరరావు యుగంధర్‌కి ఎదురుగా వున్న కుర్చీలో కూర్చొని, కూతుర్ని చూసి "కూర్చో" అన్నాడు.

"ఇంత ఆలస్యంగా వచ్చి మిమ్మల్ని యిబ్బంది పెడుతున్నందుకు క్షమించండి. పొద్దున్నే ఆఫీసుకి వెళ్ళాలి" అని భాస్కరరావు అంటుండగా యుగంధర్ తలవూపి "ఫర్వాలేదు మాకు యిది అలవాటే! మీరు వచ్చిన పని?" అడిగాడు.

"నా పేరు భాస్కరరావు. రేవతి నా కుమార్తె. ఎవడో వెధవ ప్రాక్టికల్ జోకర్ మా బతుకులు నరకం చేస్తున్నాడు."

"వివరంగా చెప్పండి" ప్రోత్సహించాడు యుగంధర్.

"థాంక్స్! వివరంగా చెప్పకపోతే మీకు ఏమీ అర్థం కాదు. నాకే పిచ్చి పట్టిందంటారు" అని భాస్కరరావు మొదట్నించీ జరిగినవన్నీ... ఎవరో తన పేర్న ఇన్విటేషన్స్ పంపించడం, పెళ్ళికి బంధువులు రావడం మొదలు దినపత్రికలో అబిచూరీ కాలంలో తన ఫొటో వెయ్యడం వరకూ వివరంగా చెప్పాడు. మధ్య మధ్య అతనేదైనా మరిచిపోతే రేవతి తండ్రికి జ్ఞాపకం చేసింది. భాస్కరరావు చెప్పిన విషయాలు యుగంధర్ అసిస్టెంట్ రాజు కేసు పుస్తకంలో రాసుకున్నాడు.

"ఇక భరించలేనండీ యుగంధర్‌గారూ! వాడెవడో వాడ్ని పట్టుకుంటేగాని నాకు శాంతి వుండదు. ఏ క్షణం ఏం జరుగుతుందో, ఏది అబద్ధమో ఏది నిజమో తెలియక బతుకు చాలా ఘోరంగా తయారయింది. పోలీసులు ప్రయత్నం చేశారు కానీ వాళ్ళకి ఏమీ అంతుచిక్కడం లేదు" అన్నాడు భాస్కరరావు.

"అతన్ని ప్రాక్టికల్ జోకర్ అని ఎందుకు అంటున్నారో నాకు అర్థం కావడం లేదు. ప్రాక్టికల్ జోకర్ అయినట్లయితే రెండుసార్లు ఏదయినా తమాషా చేసి వూరుకుంటాడు. అంతేగాని మీ మీద కసి పెట్టుకున్నట్లు యిలా మిమ్మల్ని వేధించుకు తినడు" అన్నాడు యుగంధర్.

"వాడి పేరు తెలియదు. వాడ్ని యింకేమనాలో తోచక అలా అంటున్నాను."

"సరేలెండి. పేరు ఏదయితేనేం! మీరు చెప్పిన వివరాలని బట్టి అతని గురించి కొన్ని విషయాలు తెలుస్తున్నాయి" అన్నాడు యుగంధర్.

"ఏమిటవి?" అడిగాడు భాస్కరరావు ఆత్రుతతో.

"అతనికి మీతోనూ, మీ కుటుంబంతోనూ బాగా పరిచయం వుండి వుండాలి. మీ బంధువుల పేర్లు, చిరునామాలు తెలిసివుండాలి. మీ స్నేహితులందరి విషయమూ తెలిసుండాలి. లేకపోతే మీ బంధువులందరికి టెలిగ్రాములు ఎలా యిస్తాడు? మీ స్నేహితులకి ఇన్విటేషన్స్ ఎలా పంపుతాడు?" అన్నాడు యుగంధర్.

భాస్కరరావు మాట్లాడలేదు.

"అతని దగ్గిర మీ ఫోటో ఒకటి వుండి వుండాలి. లేకపోతే దినపత్రికలో ఎలా అచ్చు వేయిస్తాడు?"

భాస్కరరావు మాట్లాడలేదు.

"అతను యీ వూళ్ళోనే మద్రాసులోనే వుంటూ వుండాలి. బయట వూళ్ళో వుంటే మీకు టెలిఫోను చెయ్యడం లాంటివి చెయ్యలేడు."

"అవునండి! ఇవన్నీ మేమూ ఆలోచించాము. కాని వాడెవడో అంతు తెలియడం లేదు" అన్నాడు భాస్కరరావు.

"అతనికి మీ మీద చాలా కసి వుండి వుండాలి. ఇంకొక రకం మనిషి అయితే మిమ్మల్ని బహుశా హత్య చేసేసేవాడేమో! పిరికివాడైనా అయుండ వచ్చు. లేదా తను ఎవరో తెలియకుండా హత్య చేసే అవకాశం లేకపోయి వుండాలి."

"అదేమిటి? హత్య చేస్తాడా... నన్నా?" అడిగాడు భాస్కరరావు ఖంగారుగా.

"మీరు మరణించాలనే కోర్కె అతనిలో చాలా తీవ్రంగా వుండి వుండాలి. అందుకే మీరు చనిపోయినట్లు బ్రాహ్మణులకి కబురు చేశాడు. పత్రికలో ఫొటో వేశాడు. అంతటితో అతనికి తృప్తి కలిగితే మీకేమీ హాని వుండదు. తృప్తి కలగకపోతే తనింతవరకూ ఎవరికీ చిక్కలేదనే ధైర్యంకొద్దీ హత్య చెయ్యడానికి ప్రయత్నించవచ్చు" అన్నాడు యుగంధర్.

భాస్కరరావు మొహం పాలిపోయింది. రేవతి కళ్ళు అప్పగించి యుగంధర్ని చూస్తోంది.

అతనెవరో కాస్త డబ్బున్నవాడై వుండాలి" అన్నాడు రాజు.

అందరూ రాజువైపు చూశారు! "అంతమందికి టెలిగ్రాములు యిచ్చాడు, ఇన్విటేషన్స్ అచ్చు వేయించాడు, దినపత్రికలో ప్రకటనలు యిచ్చాడు, బ్రాహ్మలకి రు. 30/- అడ్వాన్సు యిచ్చాడు. డబ్బుకి యిబ్బంది పడేవాడయితే యిలా ఖర్చుపెట్టగలడా!" అన్నాడు రాజు.

యుగంధర్ తలవూపి "భాస్కరరావుగారూ! మీరు చింతించకండి. బాగా ఆలోచించండి. మిమ్మల్ని గురించి మీకే ఎక్కువ విషయాలు తెలుస్తాయి. ఎవరికి మీమీద అంత కసి వున్నదో మీరు సులభంగా చెప్పగలరు! కొన్ని కారణాలవల్ల పోలీసు అధికారులకి చెప్పడానికి మీరు సందేహించి వుండవచ్చు. మాతో మీరేది చెప్పినా ఆ విషయం మీ అనుమతి లేనిదే ఎవ్వరికీ చెప్పము" అన్నాడు యుగంధర్.

"గుడ్‌గాడ్! మీరూ అలాగే అంటున్నారా! నాకేం తెలియదు మొర్రో అంటున్నా పోలీసులు నామాట నమ్మడం లేదు. నేను ఏదో దాస్తున్నానని వాళ్ళు అభిప్రాయపడుతున్నారు. ఇప్పుడు మీరూ అలాగే అంటే నేనిక ఏం చెయ్యను?" అన్నాడు భాస్కరరావు ఆవేశంతో.

యుగంధర్ తన రివాల్వింగ్ కుర్చీలోంచి వెళ్ళి భాస్కరరావు భుజం తట్టి "అలా నీరసించకండి. ఆంతరంగిక విషయాలు వెల్లడి చెయ్యటానికి భయపడుతున్నారేమోనని అలా అన్నాను. ఈ రాత్రికి మనం చెయ్యగలిగిందేమీ లేదు. పొద్దున్న నేను మీ యింటికి వస్తాను. ఆ ప్రాక్టికల్ జోకర్ అచ్చువేసిన పెళ్ళి ఇన్విటేషన్ కార్డు చూడాలి. తర్వాత దినపత్రిక ఆఫీసుకి వెళ్ళాలి. అతన్ని నేను పట్టుకుంటాను... మీరు నిశ్చింతగా వుండండి" అన్నాడు.

యుగంధర్ అలా ధైర్యం చెప్పగానే భాస్కరరావు తేరుకుని "థాంక్స్! చాలా థాంక్స్! ఫీజు విషయం... నేను..." అని నసిగాడు.

"అది తర్వాత ఆలోచిద్దాం. మీరు యివ్వగలిగినంత యివ్వవచ్చు కేసు పూర్తి అయిన తర్వాత. వెళ్ళి నిశ్చింతగా నిద్రపోండి" అన్నాడు యుగంధర్.

✤ ✤ ✤

భాస్కరరావు, రేవతి వెళ్ళిపోయిన తర్వాత చాలాసేపు ఆ కేసు గురించి యుగంధరూ, రాజూ చర్చించుకున్నారు. భాస్కరరావుకి హాని చెయ్యాలనే

ఉద్దేశ్యం లేకుండానే అతని స్నేహితుడో, బంధువో హాస్యానికి అలా చేస్తూ వుండి వుండవచ్చని రాజు వాదించాడు.

"చాలా పర్వర్టెడ్ సెన్స్ ఆఫ్ హ్యూమర్ అయివుండాలి" అన్నాడు యుగంధర్ రాజు వాదన అంగీకరించకుండా.

"పోలీసులు యింతకాలం అతనెవరో కనుక్కోలేకపోవడం ఆశ్చర్యంగా వుంది. కేసు చాలా వింతగా కనిపిస్తోంది" అన్నాడు రాజు.

"పోలీసులు అప్రయోజకులు కారు. భాస్కరరావు స్నేహితులనీ అతని బంధువులనీ ఒక కంట కనిపెడుతూనే వుండి వుంటారు. సాక్ష్యం ఏమీ దొరికి వుండదు. నువ్వు అనుకున్నంత సులభంగా యీ కేసు తేలుతుందని నేను అనుకోను..." అన్నాడు యుగంధర్.

ఇలా రాత్రి పన్నెండు గంటల వరకూ చర్చిస్తూ ఇద్దరూ కూర్చున్నారు కన్సల్టింగ్ రూంలో.

సరిగ్గా పన్నెండు గంటలకి యుగంధర్ బల్లమీద టెలిఫోన్ మోగింది.

రాజు రిసీవర్ అందుకుని "హల్లో!" అన్నాడు.

"డిటెక్టివ్ యుగంధర్‌గారున్నారా?" ఓ స్త్రీ కంఠస్వరం.

"నా పేరు రేవతి. భాస్కరరావుగారి కుమార్తెని. మూడుగంటల క్రితం మేము వచ్చి యుగంధర్ని కలుసుకున్నాం" ఏడుస్తూ చెప్పింది.

"ఆఁ! రేవతిగారా! నేను రాజుని, యుగంధర్‌గారి అసిస్టెంటుని. ఏమిటి?" అడిగాడు రాజు ఆదుర్దాగా.

"నాన్నగారు..." ఏడుపు.

"నాన్నగారు... ఏమిటమ్మా?"

"పోయారు."

"పోయారా! ఎప్పుడు?"

"ఇప్పుడే... యింటిలో... కత్తితో... త్వరగా రండి."

"కత్తితో పొడవబడ్డారా? ఇంట్లోనా! పొడిచినవాణ్ని పట్టుకున్నారా?"

"లేదు, పారిపోయాడు. యుగంధర్‌గారిని రమ్మనండి" రిసీవర్ పెట్టేసింది.

రాజు టెలిఫోన్ డిస్కనెక్ట్ చేసి "మీరు భయపడింది జరగనే జరిగింది. భాస్కరరావు హత్య చేయబడ్డాడు. రేవతి ఫోన్ చేసింది" చెప్పాడు.

యుగంధర్ నిట్టూర్చి "పద" అన్నాడు.

క్రిజ్లర్ కారు రాజు డ్రైవ్ చేశాడు. పది నిమిషాలలో భాస్కరరావు యింటిముందు కారు ఆగింది. భాస్కరరావు యింట్లో అన్ని దీపాలూ వెలుగుతున్నాయి.

"ఇంకా పోలీసులకి కంప్లయింటు యిచ్చారో లేదో!" అన్నాడు రాజు గేటు తెరుచుకుని యింట్లోకి వెడుతూ.

"రండి! రండి! వాడేడీ?" అని భాస్కరరావు అడగ్గానే యుగంధర్, రాజు ఉలిక్కిపడ్డారు.

"ఏమిటి అలా చూస్తున్నారు? వాడు ఏమయ్యాడు? వాడిని తీసుకు రాలేదా?" అడిగాడు భాస్కరరావు. రేవతి, మీన, భాస్కరరావు భార్య, పిల్లాడు అందరూ నిలుచున్నారు. భాస్కరరావు ఆ ఆడవాళ్ళ వెనక పడక కుర్చీలో పడుకునుండడం వల్ల యుగంధర్, రాజు అతన్ని వెంటనే చూడలేదు.

రాజు, యుగంధర్ ఒకరి ముఖం ఒకరు చూసుకుని నవ్వడం ప్రారంభించారు.

"ఎందుకండీ నవ్వుతారు? వాడు ఏడీ? ఏం చేశారు? లాకప్‌లో పెట్టించారా?" అడిగాడు భాస్కరరావు.

"ఎవరిని?" అడిగాడు రాజు.

"వాడే... ప్రాక్టికల్ జోకర్‌గాడు."

"వాడ్ని మేము యిక్కడికి తీసుకువస్తామని మీకెవరు చెప్పారు?" అడిగాడు యుగంధర్.

"గంట క్రితం ఎవడో కుర్రాడు వచ్చి తలుపు తట్టాడు. ఎవరని అడిగితే మీ కుర్రాడిననీ, మీనించి కబురు తెచ్చాననీ చెప్పాడు. ఆ వెధవని మీరు పట్టుకున్నారనీ, తీసుకుని వస్తున్నారనీ, మీతో పోలీస్ స్టేషన్‌కి రావడానికి నన్ను తయారుగా వుండమని మీరు చెప్పారనీ చెప్పాడు" అన్నాడు భాస్కరరావు.

"ఆ కుర్రవాడు ఎలా వున్నాడు?" అడిగాడు రాజు.

"నేను సరిగా చూస్తేగా! తలుపు కూడా తియ్యలేదు. మీరు చెప్పారుగా నాకు ఆపద కలగవచ్చని, జాగ్రత్తగా వుండమని. అందుకని తలుపు తీయకుండానే ఎవరని అడిగాను. కిటికీకి అవతల నిలుచుని చెప్పి వెళ్ళి పోయాడు."

"పొడుగో–పొట్టో, మరీ చిన్నవాడో–పెద్దవాడో, నలుపో, తెలుపో కూడా చెప్పలేరా?" అడిగాడు యుగంధర్.

తల విదిలించాడు భాస్కరరావు. "క్షమించండి! వాణ్ని పట్టుకున్నారని చెప్పగానే ఆ ఎక్సయిట్‌మెంట్‌లో నేనేమీ గమనించలేదు."

"అదేమిటండీ భాస్కరరావుగారూ! ఇలా ప్రాక్టికల్ జోక్స్ ఎవడో చేస్తున్నాడని మీకు తెలుసుకదా! ఆ వచ్చినవాణ్ని కాస్త జాగ్రత్తగా చూసి, వాడ్ని యిక్కడే అట్టిపెట్టి వుంటే ఎంత బావుండేది!" అన్నాడు రాజు.

యుగంధర్ నవ్వి "రాజూ! భాస్కరరావుగార్ని మనం అలా అడగడం న్యాయం కాదు! ఆ ప్రాక్టికల్ జోకర్ నిన్నే మోసం చెయ్యగలిగినప్పుడు భాస్కరరావుగార్ని మోసం చెయ్యడంలో ఆశ్చర్యం లేదు" అన్నాడు.

రాజు మొహం చిన్నబుచ్చుకుని "మొగాడు టెలిఫోన్ చేసివుంటే నాకు అనుమానం కలిగేది. కాని ఎవరో ఆడది టెలిఫోన్ చేసింది" అన్నాడు.

"మొగాడే గొంతు మార్చి మాట్లాడాడేమో!" యుగంధర్ సూచించాడు.

"లేదు. ఎంత గొంతు మార్చినా పట్టుబడేవాడు."

"భాస్కరరావు యుగంధర్‌నీ, రాజుని చూసి "మీకు ఎవరో టెలిఫోన్ చేశారా? ఏమని చేశారు?" అడిగాడు.

యుగంధర్ చెప్పాడు.

"మిమ్మల్ని కూడా మోసం చేశాడన్నమాట! వాడి ధైర్యాన్ని మెచ్చుకోవాలి. ఇలా చెయ్యడం వల్ల వాడికేం లాభం?" అడిగాడు భాస్కరరావు యుగంధర్ని.

"అదే నేనూ ఆలోచిస్తున్నది. ఏదో ప్రయోజనం వుండి వుండాలి. అది యేమిటి?"

"మీనించి కబురు తెచ్చానని యిక్కడికి వచ్చిన కుర్రాడే ఆ ప్రాక్టికల్ జోకర్ అయ్యుంటాడా?" అడిగింది రేవతి.

"వాడయ్యుండడు. ఆ ప్రాక్టికల్ జోకర్ అంత తెలివితక్కువవాడు కాదు. మీ నాన్నగారికి అనుమానం కలిగి పట్టుకునుంటే చిక్కిపోడూ! ఎవరికో కుర్రాడికి డబ్బిచ్చి పంపించి వుంటాడు. మేము యిక వెళతాం" అని యుగంధర్ కారువైపు నడిచాడు. అతని వెనకే భాస్కరరావు కారు వరకూ వెళ్ళి "పొద్దున్న వస్తారు కదూ!" అన్నాడు.

"తప్పకుండా. ఈ కేసు చాలా విచిత్రంగా వుంది. ఆ ప్రాక్టికల్ జోకర్ని పట్టుకోవాలని నాకు తొందరగా వున్నది" అన్నాడు యుగంధర్.

3

మర్నాడు పొద్దున్న ఎనిమిది గంటలకల్లా యుగంధర్ రాజుతో భాస్కరరావు యింటికి వెళ్ళాడు.

గేటుదగ్గిరే నిల్చున్నాడు భాస్కరరావు. యుగంధర్ని చూడగానే "మీకోసమే కాచుకున్నాను. రండి" అన్నాడు యింట్లోకి దారితీస్తూ.

"ఏమిటి! రాత్రంతా నిద్రపోలేదా! మొహం అలా పీక్కుపోయిందేం?" యుగంధర్ అడిగాడు.

"రేవతి కన్పించడం లేదు" చెప్పాడు భాస్కరరావు. కంఠస్వరం బొంగురు పోయింది.

"రేవతి అంటే మీ పెద్దమ్మాయా?" అడిగాడు రాజు.

"అవునండీ! పెద్దమ్మాయే!"

"కన్పించడం లేదంటే! విపులంగా చెప్పండి" అడిగాడు యుగంధర్.

"ఏమున్నది చెప్పడానికి! పాలవాడు రాగానే మా ఆవిడ నిద్రలేచింది. అప్పుడు రేవతి పడుకుని లేదుట. ఏ నీళ్ళ గదికో వెళ్ళి వుంటుందని అనుకుని వూరుకున్నదిట. ఆరుగంటలకి నేను నిద్ర లేచాను. అప్పటికి రెండో అమ్మాయి మీన, పిల్లాడు కూడా నిద్రలేచారు. మా ఆవిడ అందరికీ కాఫీ యిచ్చింది. రేవతి పక్కయింటికి వెళ్ళిందేమోనని కాఫీకి రమ్మని చెప్పమని మా ఆవిడ మీనని పంపించింది. మీన క్షణంలో తిరిగివచ్చి రేవతి పక్కయింట్లో లేదని చెప్పింది. అప్పట్నించీ రేవతి కోసం వెతుకుతున్నాం. ఎక్కడా లేదు. అంత తెల్లారే ఎక్కడికి వెళ్ళి వుంటుంది? చాలా ఖంగారుగా వుందండీ" అన్నాడు భాస్కరరావు.

"మీకు మరీ ఖంగారెక్కువ. పసిపిల్లా ఏమిటి ఎవరయినా ఎత్తుకుపోవ డానికి! ఇంట్లో పడుకుని నిద్రపోతున్నదాన్ని ఎవరు ఎత్తుకు పోతారండీ!" అన్నది భాస్కరరావు భార్య.

"అయితే అది ఏమై వుంటుంది? నువ్వు చెప్పు పోనీ!"

"ఏ స్నేహితురాలింటికో వెళ్ళి వుంటుంది" అన్నదామె.

"తెల్లారే నిద్రలేచి కాఫీ అయినా తాగకుండా ఎందుకు వెళ్తుంది!"

"పోనీ మీరు చెప్పండి, నిద్రపోతున్నదాన్ని ఎలా ఎత్తుకుపోతారు?" అడిగిందామె.

భాస్కరరావుకన్నా ఆ యిల్లాలికి ఆదుర్దా తక్కువయి కాదనీ, తన కూతురికి ఏ ఆపదా రాలేదని తనకి తనే ధైర్యం చెప్పుకుంటోందనీ యుగంధర్ గ్రహించాడు.

"ఇంతకుముందు ఎన్నడయినా ఎవరికీ చెప్పకుండా మీ అమ్మాయి యిలా తెల్లారే ఎక్కడికయినా వెళ్ళిందా?" అడిగాడు.

"లేదండీ. వయస్సు వచ్చిన పిల్ల. ఒంటరిగా వెళితే నేను వూరుకుంటానా!"

"క్షమించండి అడుగుతున్నందుకు. మీ అమ్మాయికి ఎవరయినా మొగ స్నేహితులున్నారా?" అడిగాడు యుగంధర్.

"అంటే- తిరుగుబోతా అని అడుగుతున్నారా?" నిప్పులు కక్కుతూ భాస్కరరావు యుగంధర్ని చూశాడు.

"అలా అనలేదు. చదువుకుంటున్న పిల్ల. వయసు వచ్చిన పిల్ల. ఏ యువకుడితోనైనా ప్రేమలో పడిందా అని అడుగుతున్నాను."

"మా అమ్మాయి అలాటిది కాదు' ‿న్నాడు భాస్కరరావు.

"నాన్నా! యుగంధర్‌గారికి నిజం చెపితే ఏం!" అన్నది మీన.

"ఏమిటే నిజం! రేవతి ఎవడితోనైనా తిరుగుతోందా? తెలిస్తే నువ్వు చెప్పవే!" అరిచాడు భాస్కరరావు. కుమిలిపోయాడు తన సంసారం యిలా రచ్చకీడ్చబడినందుకు.

"మేనేజర్‌గారి అబ్బాయి శంకర్ లేడూ! అతనితో అక్కయ్య ఒకసారి సినిమాకి వెళ్ళింది. ఉత్తరాలు రాసుకుంటూ వుంటారు."

"ఇంతకుముందు ఎందుకు చెప్పలేదు?"

"అక్కయ్య చెప్పవద్దన్నది నాన్నా! అమ్మకి కూడా తెలుసు."

"ఏమిటీ... నీకు కూడా తెలుసా! ఈడొచ్చిన పిల్లని వయస్సులో వున్న కుర్రాడితో సినిమాకి వెళ్ళనిచ్చావా! ఉత్తరాలు రాసుకుంటుంటే చూస్తూ వూరుకున్నావా? నాతో ఓ మాట చెప్పకుండా దాచావా! మీతో ఎలా వేగనర్రా!" తలమీద చెయ్యి పెట్టుకుని కుర్చీలో చతికిలబడ్డాడు భాస్కరరావు.

"మీ అమ్మాయి ఆ శంకర్ అనే అబ్బాయితో ఎక్కడికయినా వెళ్ళివుంటే ప్రమాదం ఏమీలేదు. ముందు ఆ విషయం తెల్సుకోవాలి. మేనేజర్ యింటికి టెలిఫోన్ వున్నదా?" అడిగాడు యుగంధర్.

"ఉన్నది" అన్నాడు భాస్కరరావు.

"ఐతే ఫోన్‌చేసి అడగండి రేవతి అక్కడికి వెళ్ళిందేమో!"

"నేనా! ఎలా అడగనండీ!"

"పోనీ రాజు అడిగివస్తాడు. ఆయన టెలిఫోన్ నెంబర్ చెప్పండి."

భాస్కరరావు మేనేజర్ టెలిఫోన్ నెంబర్ చెప్పగానే మూడోయింట్లో టెలిఫోన్ వున్నదని తెలుసుకుని రాజు వెళ్ళాడు.

రాజు వెళ్ళిన ఓ నిమిషానికి "టెలిగ్రాం" అని అరిచాడు పోస్టు అతను.

"ఎవరికి?"

"భాస్కరరావుగారికి."

భాస్కరరావు చెయ్యిజాపాడు. చెయ్యి వొణుకుతోంది. టెలిగ్రాం తీసుకుని కవరు చింపాడు. చదివి, టెలిగ్రాం యుగంధర్‌కి యిచ్చాడు.

"రేవతి సేఫ్. సెండ్ యుగంధర్ బాక్.

ప్రాక్టికల్ జోకర్."

జి.పి.ఓ.లో ఆవేళ పొద్దున్న ఆరున్నరకి టెలిగ్రాం యిచ్చినట్లు టైమ్ రాసివుంది టెలిగ్రాం మీద.

"ఏమిటండీ యుగంధర్‌గారూ యిది! రేవతికి వాడు..." అని భాస్కరరావు అంటుండగా రాజు తిరిగివచ్చాడు.

"రేవతి వాళ్ళ యింట్లో లేదు కాని పొద్దున్న టెలిఫోన్ చేసిందట" చెప్పాడు.

"ఇవాళ పొద్దున్నా! ఎవరికి ఫోన్ చేసింది?"

"శంకర్‌కి."

"ఏమని?" అడిగాడు భాస్కరరావు.

"తెలియదు. శంకర్ యింట్లో లేడు."

"శంకర్‌కి ఫోన్ చేసిందని ఎవరు చెప్పారు?" అడిగాడు యుగంధర్.

"అతని తండ్రి" చెప్పాడు రాజు.

"శంకర్, రేవతి స్నేహం గురించి మేనేజర్‌కి కూడా తెలుసునన్న మాట! ప్రపంచంలో అందరికీ తెలుసు. తెలియనిదల్లా నాకు... పిల్లతండ్రికి ఒక్కడికే!" అరుస్తున్నాడు కోపంతో భాస్కరరావు.

"ఊరుకోండి! అమ్మాయి ఏమైందని ఖంగారుపడుతుంటే యిప్పుడు మిమ్మల్ని ఆ విషయమా పట్టుకుని పీడిస్తోంది!" అతని భార్య అరిచింది.

అంతలో గేటు దగ్గిర సైకిల్ ఆగింది. అందరూ అటు తిరిగారు. మేనేజర్ కొడుకు శంకర్ సైకిల్ దిగాడు.

"ఏమోయ్ శంకర్! నువ్వు..." భాస్కరరావు ముందుకి వెళ్ళాడు.

"మీరు వూరుకోండి" అతని భార్య భాస్కరరావుకి అడ్డం వెళ్ళింది.

"ముందు అమ్మాయి విషయం కనుక్కోండి" అన్నాడు యుగంధర్.

"మిష్టర్ శంకర్! రేవతి ఎక్కడున్నది?" అడిగాడు రాజు.

"మీరెవరు?" శంకర్ ఎదురు ప్రశ్న వేశాడు.

రాజు చెప్పాడు.

"రేవతి ఏమైంది? మీకు టెలిఫోన్ చేసిందిటగా యీవేళ పొద్దున్న?"

"అవును. పొద్దున్నే ఫోన్ చేసింది ఒకసారి యింటికి రమ్మని. ఒక గంటలో వస్తున్నానని చెప్పాను. వచ్చాను" అన్నాడు శంకర్.

అందరూ ఒకరి మొహం ఒకరు చూసుకున్నారు.

"రేవతి ఏమయింది? ఏమిటీ గొడవ?" అడిగాడు శంకర్.

భాస్కరరావు యుగంధర్‌వైపు ప్రశ్నార్థకంగా చూశాడు.

"చెప్పండి!" అని యుగంధర్ అనుమతి ఇవ్వగానే రేవతి కన్పించక పోవడమూ, రేవతి క్షేమంగా వున్నదని టెలిగ్రాం రావడం చెప్పాడు భాస్కరరావు.

"వాడెవడో మీమీద కసిపెట్టుకోలేదు. రేవతిమీద కసిపెట్టుకున్నాడు. రేవతి పెళ్ళి అని టాంటాం చేసి రేవతికి చెడ్డపేరు తెచ్చాడు. ఇప్పుడు రేవతిని ఎత్తుకుపోయాడు. ఏం చేస్తాడో..." అని పళ్ళు పటపట కొరుకుతున్నాడు శంకర్.

"రేవతిని ఎత్తుకుపోయాడో, రేవతే తనంతట తను యీ యింట్లోంచి బయటికి వెళ్ళిందో తెలుసుకోవాలి ముందు" అని యుగంధర్ భాస్కరరావు

భార్యవైపు తిరిగి "ఏమమ్మా! మీరు పొద్దున్న పాలవాడు రాగానే నిద్ర లేచామన్నారు. అప్పటికే రేవతి పక్కమీద లేదా?" అడిగాడు.

"అవునండీ!"

"వీధి తలుపు తెరిచే వుందా?"

తల వూపింది ఆమె.

"రాత్రి ఎవరూ నిద్ర లేవలేదా? మీరందరూ పడుకున్న తర్వాత ఎవరూ రేవతిని చూడలేదా?"

"నేను చూశానండీ! ఓ రాత్రి మంచినీళ్ళ కోసం లేచాను. రేవతి నిద్ర పోతోంది" అన్నది రేవతి చెల్లెలు మీన.

"రేవతి ఎక్కడ పడుకున్నది?"

చూపించారు. కిటికీ దగ్గరగా నేలమీద పడుకున్నది.

యుగంధర్ వీధి తలుపు పరీక్షగా చూశాడు. "రాత్రి తలుపు లోపల గడియపెట్టే పడుకున్నారుగా?" అడిగాడు.

"అవును. నేనే గడియ పెట్టాను" అన్నాడు భాస్కరరావు.

"ఎవరో బయటినించి లోపలికి వచ్చి, నిద్రపోతున్న రేవతిని ఏ మత్తు మందో యిచ్చి ఎత్తుకుపోలేదు. రేవతే తలుపు తెరుచుకుని బయటికి వెళ్ళింది" అన్నాడు యుగంధర్.

"అర్ధరాత్రి తలుపు తెరుచుకుని బయటికి ఎందుకు వెళుతుందండీ?" అడిగాడు శంకర్.

"ఏమో! కారణం నేను చెప్పలేను. ఊహించడం కూడా కష్టం. అర్ధరాత్రి వెళ్ళివుండదని అనుకుంటాను. తెల్లతెల్లారుతుండగా వెళ్ళి వుంటుంది. రేవతి అలా వెళ్ళడానికి ఆమెకి అప్పుడు తగిన కారణం వుండివుంటుంది."

"అంటే ప్రాక్టికల్ జోకర్ వచ్చి ఏదో చెప్పి తీసికెళ్ళాడంటారా?" అడిగాడు భాస్కరరావు.

యుగంధర్ తలవూపాడు.

"దానికి బుద్ధి లేదు. మొండితనం. ఎందుకు వెళ్ళింది?" అరుస్తున్నాడు భాస్కరరావు. నిస్సహాయత్వం వల్ల పిచ్చికోపం వచ్చింది. అందరికీ భాస్కరరావు మీద జాలి కలిగింది.

"ఈ విషయం పోలీసులకి కంప్లైయింట్ యివ్వండి!" చెప్పాడు యుగంధర్.

"పోలీసులకా? ఎందుకు? మీరు దర్యాప్తు చేస్తున్నారుగా?"

"అయినా కూడా పోలీసులకి కంప్లైయింట్ యివ్వాలి. తప్పదు."

"ఇస్తాను. కాని మా అమ్మాయి విషయం ఏమిటి? అదెక్కడ వున్నదో తెలుసుకోవాలి" అన్నాడు భాస్కరరావు.

భాస్కరరావు భార్య వంటింట్లోకి వెళ్ళిపోయింది. వెక్కి వెక్కి ఏడుస్తోంది. ఏడుపు, మూలుగు లీలగా డిటెక్టివ్‌లకి వినపడుతోంది.

"ధైర్యంగా వుండండి. రేవతికి ఎటువంటి హానీ జరగలేదనే నా నమ్మకం. మిమ్మల్ని బ్లాక్‌మెయిల్ చెయ్యడానికి, మీనించి డబ్బు గుంజుకోవడానికి రేవతిని ఎత్తుకుపోలేదు. ఆ విషయం తెలుస్తూనే వుంది. వేలకి వేల రూపాయలు మీరు యిచ్చుకోలేరని ఆ ప్రాక్టికల్ జోకర్‌కి తెలిసుండాలి. బహుశా మీకున్న అప్పులు, మీకున్న ఆస్తిపాస్తులు కూడా అతనికి వివరంగా తెలిసుండాలి. రేవతిని యిలా ఎత్తుకుపోవడానికి కారణం మీమీద ద్వేషం, కసీ అని నా అనుమానం. రేవతి కన్పించకుండా పోతే మీరు చిత్తక్షోభ అనుభవిస్తారనే రేవతిని ఎత్తుకుపోయి వుండాలి. విచారపడకండి" అని యుగంధర్, రాజు బయటికి వెళ్ళి కారుదగ్గిర ఆగారు.

"రాజూ! రేవతి తనంతట తనే వీధి గుమ్మం తలుపు తీసుకుని బయటికి వచ్చివుండాలి. ఆమెని అలా రప్పించడానికి ఏ కిటుకు ఉపయోగానికి వచ్చింది! గేటువరకూ రేవతి వెళ్ళింది అనుకుందాం. ఆ తర్వాత కారులో వెళ్ళిందా, నడిచి వెళ్ళిందా? రిక్షాలో వెళ్ళిందా? లేక ఆమెని ఎత్తుకు వెళ్ళిన మనిషి రేవతికి ఏ మత్తుమందో యిచ్చి కారులో ఎక్కించుకు వెళ్ళాడా? అయితే ఆ కారు యిటు వెళ్ళివుండాలి కదా! తెల్లారగట్ట యింకా బాగా వెలుగు రాకముందు వీధిలో జనం వుండరు. నిజమే. కాని పాలవాళ్ళు, యిళ్ళల్లో పనిచేసేవాళ్ళు వుంటారుగా! వాళ్ళలో ఎవరైనా చూసి వుండరా! ఎదురుగా వున్న యిళ్ళల్లోనో, పక్క యిళ్ళల్లోనో అమ్మలక్కలు పాలు పోయించుకోవడానికి వీధిలోకి వచ్చినప్పుడు చూసి వుండరా! అదృశ్యం కావడానికి అవకాశం లేదుకదా! నువ్వు దర్యాప్తు చెయ్యి" అని యుగంధర్ క్రిజ్లర్ కారెక్కి వెళ్ళిపోయాడు.

4

నీలము, పసుపు, ఆకుపచ్చ రంగుల తివాసీ కాలుపెడితే మెత్తగా దిగబడుతోంది. ఏర్‌కండిషన్ గదేమో చల్లగా వుంది. లేత నీలం రంగు మొఖమల్ కుషన్ కవరున్న సోఫాలు, మూలల్లో బల్లలు, బల్లలమీద పూలసజ్జలు, వాటిలో గులాబీపువ్వులు, గోడకి ప్లాస్టిక్ పెయింట్సు, కొండలు-చెట్లు వున్న ఫొటోలు.

అక్కడికి వచ్చి, ఆ సోఫాలో కూర్చుని అరగంట కావస్తోంది. విసుగెత్తి రేవతి లేచివెళ్ళి తలుపు లాగింది. తెరుచుకోలేదు. బయట గడియపెట్టి వుండాలి. ఎందుకో? అక్కడికి వచ్చిన తర్వాత మొట్టమొదటిసారి రేవతికి భయం వేసింది. కిటికీలవైపు చూసింది. మూసి వున్నాయి కొక్కాలు. ఊడదీయడానికి ప్రయత్నించింది. రాలేదు. కిటికీలకు కూడా తాళాలు వేశారు. తెరవడానికి వీలు లేకుండా మేకులతో బిగించారు. మళ్ళీ తలుపు తట్టింది. ఎవరూ రాలేదు.

"ఏమండీ! ఏమండీ!" కేకేసింది.

జవాబు రాలేదు. తను అక్కడ వున్న విషయమే మర్చిపోయినట్లున్నారు. ఏం చెయ్యాలి! ఆ గది తలుపు చాలా చిన్నది. దానిముందు తెర కట్టివుంది. రేవతి వెళ్ళి చూసింది. అది నీళ్ళగది. ఇంకో తలుపులేదు. తను బందీగా వున్నానని రేవతి అప్పుడు తెలుసుకుంది.

రేవతి పిరికిది కాదు. అకారణంగా జడుసుకునే మనిషీ కాదు కాని తన పరిస్థితి తలచుకుంటే ముచ్చెమటలు పోస్తున్నాయి. ఆకలి కూడా వేస్తోంది. నాలుక ఎండుకుపోతోంది. కాఫీకూడా తాగకుండా హడావిడిగా వచ్చేసింది. ఏం చెయ్యాలి?

అంతలో తలుపు కొద్దిగా తెరుచుకున్నది. రేవతి సోఫాలోంచి ఒక్క గంతున లేచి తలుపు దగ్గిరికి వెళ్ళింది. తలుపు మళ్ళీ మూసుకున్నది.

"ఏమండోయ్! తలుపు తెరవండి" అరిచింది.

జవాబు లేదు.

గదిలో తలుపుకి ఇవతల ఒక ట్రే వుంది. రొట్టె, వెన్న, చాకు, ఒక బాటిల్ కాఫీ వున్నాయి ఆ ట్రేలో. ఒక చీటీకూడా వున్నది.

"మందు కలపలేదు. భయపడక" అని రాసివుంది చీటీలో. తను పస్తుండి సాధించేదేదీ లేదని రేవతి నిశ్చయించుకుని ట్రే సోఫాలో పెట్టుకుని, రొట్టె తిని, కాఫీ తాగి, ఖాళీకప్పూ, పళ్ళాలూ, నీళ్ళగదిలో పెట్టి తిరిగివచ్చి సోఫాలో కూర్చున్నది.

ఎంతసేపు, ఎన్నిరోజులు తనని ఇలా ఈ యింట్లో అట్టే పెట్టగలరు! తన తండ్రి, పోలీసులు తన కోసం వెతుకుతారు. తనని విడిపిస్తారు. ఆ ధైర్యంతో కాళ్ళు సోఫామీదకి జాపి, తల వెనక్కి ఆనించి పడుకున్నది. రాత్రి నిద్రలేదు. తెల్లారగట్టే లేచింది. దానికి తోడు భయాలతో, ఆందోళనతో మనస్సు వేడెక్కింది. రేవతి తనకి తెలియకుండానే నిద్రపోయింది.

మెలుకువ వచ్చేటప్పటికి ఎంతసేపు అలా అక్కడ నిద్రపోయిందో తెలియలేదు. గదంతా చీకటిగా వుంది. కన్ను పొడుచుకున్నా ఏమీ కనిపించని చీకటి. రాత్రి అయిందా! తను రోజంతా అక్కడ అలా నిద్రపోయిందా!

లేచి కూర్చోబోయింది. ఎవరో తన రెండు భుజాలూ పట్టుకుని వెనక్కి తోశారు.

కెవ్వున కేక వేసింది. భయంతో గజగజ వొణికిపోతోంది.

"భయపడక, నేను దయ్యాన్ని కాను" అన్న మాటలు వినిపించాయి.

"ఎవరివి నువ్వు?" అడిగింది. అతికష్టంమీద నోటివెంట మాట పెగిలింది.

"నువ్వు అంటే నాకు ఇష్టం" అంటూ ఆమె నడుంచుట్టూ చేతులు వేశాడు అతను.

"తియ్యి... చేతులు తియ్యి!" అని అతని చేతులు దులిపింది.

నవ్వాడు. "చిరుతపులిలా వున్నావు" అంటూ ఆమెని గట్టిగా కావిలించు కున్నాడు.

గిల గిలలాడింది, చేతులతో తోసింది, కాళ్ళతో తన్నింది. తల వెనక్కి లాక్కున్నది అతను తనని ముద్దుపెట్టుకోకుండా.

ఆలోచిస్తోంది. ఎవరితను? ఇతని గొంతు తను ఎన్నడూ వినలేదే!

మొహం కనిపిస్తే గుర్తుపట్టగలదేమో!

ఆమె గింజుకుంటున్న కొద్దీ అతనికి ఆవేశం మరింత రెచ్చిపోతోంది.

"రేవతీ! ఎవరూ లేరు. ఎవరికీ తెలియదు. మరి..."

ఈడ్చి కొట్టింది చెంపమీద.

అతను విరగబడి నవ్వాడు. "చాలా బలం వుందే!" అంటూ ఆమె చీర పట్టుకుని లాగాడు. రేవతి సోఫాలోంచి లేచి పరిగెత్తింది. చీర కొంగు అతని చేతిలో వుండటం వల్ల చీర కుచ్చెళ్లు వూడిపోయాయి.

పరికిణీతో నిలబడి రొప్పుతోంది. అతను లేచి తన దగ్గిరికి వచ్చినట్లు అలికిడి కాలేదు. అతని చేతులు తనమీద పడేటప్పటికి ఉలిక్కిపడి ఆ మూలనించి ఇంకో మూలకి పరిగెత్తబోయింది. అతను బలంగా కావిలించు కున్నాడు. చేతులు జాకెట్టులోకి పోనిస్తున్నాడు.

"వెధవా! వెధవా!" అంటూ కసితీర తిట్టింది రేవతి.

అతను ఆమెని వొదలలేదు. ఒంట్లో సూదులు గుచ్చుతున్నట్లున్నది.

తడిమి, తడిమి నిమిరి నిమిరి తన వొంటి ఆకారాన్ని ఆ చీకట్లో చూస్తున్నాడు. తను పోట్లాడి ప్రయోజనం లేదు. తనకన్నా చాలా బలమైనవాడు. ఉపాయంగా, మంచిగా తప్పించుకోవాలని అనుకుని "ప్లీజ్! వదులు ప్లీజ్!" అన్నది ఏడుస్తూ.

"ఏడవక! బావుంటుంది. ఏమీ కాదు."

"అలా చెయ్యక... ఇప్పుడు కాదు. నన్ను కాస్త ఊపిరి తీసుకోనియ్యి."

"వేడి తగ్గకూడదు" అన్నాడు నవ్వుతూ.

"ఇలా బలవంతంగా ఎందుకు ఎత్తుకువచ్చావు? నేను తప్ప నీకు అందమైన ఆడవాళ్ళు ప్రపంచంలో కనిపించలేదా?"

"నువ్వు ఎంత అందమైనదానివో నీకేం తెలుసు! ఎన్నడయినా నీ అందాన్ని నువ్వు అద్దంముందు నిలబడి చూసుకున్నావా?" అడిగాడు.

"లేదు. నువ్వు మాత్రం చూశావా?" అడిగింది అతని చేతులు తీసేస్తూ, తోసేస్తూ. ఆమె తోసినకొద్దీ మళ్ళీ మళ్ళీ పాకుతున్నాయి అతని చేతులు ఆమె వొంటిమీద.

"చూశాను."

"ఎక్కడ?" అడిగింది చెపితే వాడెవడో తెలుస్తుందని.

"ఒకసారి... మీ యింట్లో నువ్వు స్నానం చేస్తుంటే"

"మా ఇంటికి నువ్వు ఎందుకు వచ్చావు?"

"నీకోసం... నిన్ను చూడడానికి" అంటూ ఆమెని వదిలేశాడు. మెత్తగా అతని అడుగులు వినిపించాయి తివాసీమీద.

రేవతి వణికిపోతోంది. గోడకి ఆనుకొని తివాసీమీద నిలుచున్నది. క్లిక్‌మన్న శబ్దం వినిపించింది రేవతికి. గదిలో దీపం వెలిగేటప్పటికి అప్రయత్నంగానే రెండు చేతులూ వొంటికి అడ్డం పెట్టుకున్నది.

"చూడు... చూసుకో! ఎంత అందంగా వున్నావో! అదుగో ఎదురుగానే వుంది అద్దం" అన్నమాటలు వినిపించాయి.

రేవతి అద్దంవైపు చూడలేదు. ఎటునించి మాటలు వినిపించాయో అటు చూసింది. అతను తెరవెనక దాక్కున్నాడు.

రేవతికి కోపం రెచ్చిపోయింది. దుర్మార్గుడు... నీచుడు... మొహం చూపించడానికి ధైర్యం లేదు.

రేవతికి ధైర్యం వచ్చింది. ఒంటిమీద బట్టలేదనే విషయం కూడా మరిచిపోయింది. వాడు ఎవడు? వీడేనా తన తండ్రినీ, తననీ ఇన్ని కష్టాలు పెట్టిన ఆ ప్రాక్టికల్ జోకర్! దుష్టుడు! వీడి మొహం చూడాలి.

ఒక్క పరుగున వెళ్ళి తెర లాగింది.

తెర వెనక నిలుచున్నాడు అతను. నిముషంపాటు రేవతి నిశ్చేస్టురాలయి అలాగే రాతిబొమ్మలా నిలబడి అతన్ని చూసింది.

తెల్లని జుట్టు వెండిలా మెరుస్తోంది. ముడతలుపడ్డ నల్లని మొహం, చెంపల మీద చర్మం ముడతలుపడి కిందికి వేళ్ళాడుతోంది. ఒక కన్ను గుడ్డి, మూసుకుని వున్నది. రెప్పమీద ఎడెహిసిన్ టేప్ అతికించి వున్నది. వంకరలు తిరిగిన చేతులు. వేళ్ళు మొండిగా వున్నాయి. పెదిమలు లావుగా, తెల్లగా వున్నాయి. పళ్ళు వున్నాయో లేవో తెలియడం లేదు. మెడకింద ముడతలు, నల్లని చొక్కా ఎర్రని పంచ.

కళ్ళమీద ఎర్ర ఎర్రగా పుళ్ళలా వున్నాయి. నున్నగా, లావుగా వున్నాయి వేళ్ళు.

కుష్టు!

ఇటువంటి కుష్టువాడికే తను రోజూ ప్రొద్దున్న గుప్పెడు బియ్యం వేసేది. కళ్ళప్పగించి రేవతిని చూస్తున్నాడు అతను.

కళ్ళు తిరిగాయి. ఒళ్ళంతా దురదలు పుట్టినట్లయింది. కుష్టువాడు తనని ఛ! కడుపులో తిప్పింది. వాంతు వస్తున్నట్లయింది. తల తిరిగిపోయింది. ఆ కుష్టువాణ్ని చూస్తూ నిలబడలేకపోయింది.

వెనక్కి తిరుగుతూ తలతిరిగి మైకం వచ్చి పడిపోయింది.

5

"అప్పుడే దర్యాప్తు అయిపోయిందా?" అడిగాడు యుగంధర్ రాజు రాగానే.

రాజు నవ్వి "అప్పుడే అంటున్నారా! ఆ వీధిలో దాదాపు అన్ని ఇళ్ళల్లోకీ వెళ్ళాను. అంతేకాదు, ఆ యిళ్ళల్లో పాలు పోసేవాళ్ళ ఇళ్ళకీ వెళ్ళాను" అన్నాడు.

"ఏమైనా తెలిసిందా?"

"తెల్లారగట్ట భాస్కరరావు యింటిముందు ఓ పోస్టు బంట్రోతు సైకిలు దిగి లోపలికి వెళ్ళాడని ఒక పాలమనిషి చెప్పింది."

"పోస్టు బంట్రోతా?"

"బహుశా టెలిగ్రాఫ్ బంట్రోతు అయ్యుండాలి."

"ఊఁ! ఇంకా?" అడిగాడు యుగంధర్.

"రెండు నిమిషాలలో ఆ బంట్రోతు వెళ్ళిపోయాడుట. అయిదు నిమిషాల తర్వాత రేవతి వీధిలోకి వచ్చి బజారువీధివేపు నడిచి వెళ్ళిందిట."

"ఒంటిగానా?"

"అవును. బజారువీధికి వెళ్ళి వాకబు చేశాను. ఒక టీ కొట్టు అతను చెప్పాడు."

"ఏమని?"

"ఆ వీధిచివర ఒక నల్లని కారు ఆగివుండడం చూశాననీ, ఒక అమ్మాయి ఆ కారు ఎక్కిందనీ! రేవతే అయ్యుండాలి."

"టీ కొట్టు అతను ఆనవాలు చెప్పలేకపోయాడా?"

"లేదు. ఏ సినిమా ఎక్స్ట్రా అయినా షూటింగ్కి వెళుతోందేమో అనుకున్నాట్ట. ఆ ప్రాంతాల ఒక ఎక్స్ట్రా వుంది. ఆమెని అడిగాను. ఆమె కాదని తేలింది."

"ఆ కారు గురించి ఏమైనా తెలిసిందా? ఏం కారో, ఏ మోడలో, నెంబర్ ఏమిటో?"

రాజు పెదిమ విరిచాడు. "నల్లని కారు. మరీ పెద్దది కాదు, చిన్నది. అంతకన్నా ఎంత విచారించినా యింకేమీ తెలియలేదు."

యుగంధర్ సిగిరెట్ వెలిగించి ఆలోచించసాగాడు.

"ఏమిటి ఆలోచిస్తున్నారు?" అడిగాడు రాజు.

"రేవతికి ఆ ప్రాక్టికల్ జోకర్ ఏదో ఉత్తరం రాసి వుండాలి. ప్రాక్టికల్ జోకర్‌గానే రాశాడో లేక యింకో పేర్న రాశాడో మనకి తెలియదు. ఏదయినా రేవతి ఎవరికీ చెప్పకుండా యింట్లోంచి ఒంటిగా బయలుదేరడానికి ఆ ఉత్తరంలో ఏదో వుండి వుండాలి. కిటికీ దగ్గిర పడుకున్న రేవతిని కిటికీ వూచల్లోంచి నిద్రలేపి ఆ ఉత్తరం యిచ్చివుండాలి. ఆ టెలిగ్రాఫ్ బంట్రోతే ప్రాక్టికల్ జోకర్ అయ్యుండవచ్చు. లేదా డబ్బిచ్చి ఎవర్నయినా ప్రాక్టికల్ జోకర్ పంపించి వుండవచ్చు. రేవతి ఆ ఉత్తరం యింట్లో వదిలెయ్యకుండా ఎందుకు తీసికెళ్ళింది?"

"ఆలోచించి ఉత్తరం తీసుకెళ్ళలేదేమో! ఉత్తరం చదివి అలాగే చేతిలో పట్టుకుని వెళ్ళివుంటుంది" అన్నాడు రాజు.

"తల్లి అప్పటికి నిద్రలేచింది. తండ్రీ, చెల్లెలూ అక్కడే పడుకున్నారు. వాళ్ళెవరికీ చెప్పకుండా ఎందుకు వెళ్ళింది? తగిన కారణం లేనిదే వెళ్ళదు ఏమిటది?" ఆలోచిస్తున్నాడు యుగంధర్.

"నాకో అనుమానం" అన్నాడు రాజు.

"ఏమిటది?" అడిగాడు యుగంధర్.

"శంకర్ అబద్ధం చెపుతున్నాడేమో!"

"శంకరా! ఆ మేనేజరు కొడుకా! ఎందుకు? ఏమని?"

"రేవతిని అతనే తీసికెళ్ళాడేమో! ఎక్కడో దాచిపెట్టి యింత నాటకం ఆడుతున్నాడేమో!"

"కారణం?"

"అతనే ప్రాక్టికల్ జోకర్ అయ్యుండవచ్చుగా!"

"ఎందుకు? శంకర్‌కి భాస్కరరావు మీద కోపం లేదే! ఉండవలసిన అవసరం కూడా లేదే! రేవతిని అతను పెళ్ళి చేసుకుంటానంటే భాస్కరరావు అభ్యంతరం చెప్పాడా! అదీ లేదు. శంకర్‌కి రేవతి మీద ద్వేషమా! అతను ప్రాక్టికల్ జోకర్ అనుకోవడానికి ఆధారం ఏమిటి?" అడిగాడు యుగంధర్.

"తెల్లారగట్ట ఎవర్నించో ఉత్తరం వస్తే ఎవరికీ చెప్పకుండా రేవతి అలా ఒంటరిగా యింట్లోంచి వెళ్ళదు. ఆమెని ఒంటిగా యింట్లోంచి బయటికి రప్పించగల శక్తి శంకర్‌కి ఒక్కడికే వుంది. శంకర్ పేర మరెవరయినా ఉత్తరం రాశారు అనుకోవడానికి వీలులేదు. శంకర్ దస్తూరి రేవతికి తెలిసుండాలి" అన్నాడు రాజు.

"రేవతిని తెల్లారగట్ట యింట్లోంచి రప్పించగలిగిన మనిషి యింకెవరూ లేరని అనుకుని శంకర్‌ని అనుమానించడం కేవలం వూహించడం అవుతుంది హేతువాదం కాదు" అని యుగంధర్ నవ్వుతుండగా టెలిఫోన్ మోగింది.

"హల్లో!" అన్నాడు యుగంధర్.

"డిటెక్టివ్ యుగంధర్‌గారా!"

"అవును."

"గ్రీన్‌పార్క్ రోడ్, నుంగంబాకం, నెంబర్ 78 యింట్లో రేవతి వున్నది. వెంటనే వెళ్ళి ఆస్పత్రికి తీసుకువెళ్ళండి."

వెంటనే టెలిఫోన్ డిస్కనెక్టు చేయబడింది. ఆడగొంతో, మొగగొంతో యుగంధర్ వూహించలేకపోయాడు. రాజుకి చెప్ప "ప్రాక్టికల్ జోకర్ అయ్యుండాలి" అన్నాడు.

రాజు నవ్వి "ప్రాక్టికల్ జోకర్ అని తెలిసీ మనం వెళ్ళడం దేనికి? మనల్ని ఫూల్ చెయ్యడానికి అలా చెప్పి వుంటాడు. తీరా మనం వెళితే అది ఏ గవర్నమెంటు వుద్యోగి యిల్లో అవుతుంది."

"అయినా సరే వెళ్ళాలి. వెళ్ళి తీరాలి. ప్రాక్టికల్ జోకర్ నిజం చెప్పి వుండవచ్చు."

క్రిజ్లర్ కారులో బయలుదేరారు. సరిగా పది నిమిషాల తర్వాత గ్రీన్‌పార్క్ వీధిలో నెం.78 యింటిముందు రాజు కారు ఆపాడు. గేటు పక్కన బోర్డు వున్నది. 'వై.ప్రభాకర్ ఐ.సి.యస్.' అని.

రాజు నవ్వి "చూశారా?" అన్నాడు.

యుగంధర్ మాట్లాడకుండా కారు దిగి గేటు తెరిచాడు. ఎవరూ కనిపించలేదు. గేటునించి యిల్లు దాదాపు యాభై గజాల దూరంలో వున్నది. ఆలోచిస్తూ తలుపు దగ్గిరికి వెళ్ళాడు. తలుపు తాళం వేసివుంది.

"రాజూ! యింట్లో ఎవరూ వున్నట్లు లేరు. అలా తోటలోకి వెళ్ళిచూడు, తోటమాలి వున్నాడేమో!" అని యుగంధర్ అక్కడే తలుపుదగ్గిర నిలబడ్డాడు.

అయిదు నిమిషాల్లో రాజు పరిగెత్తుకుంటూ వచ్చాడు. "సార్! తోటమాలి గుడిసె వెనకవైపు వున్నది" అంటూ యుగంధర్‌కి ఒక కాగితం యిచ్చాడు.

"తోటమాలి ఏడి?"

"వస్తున్నాడు. అతని చేతులూ, కాళ్ళూ తాళ్ళతో కట్టబడి వున్నాయి. నోట్లో జేబురుమాలు కుక్కి వున్నది. అతని పక్కన ఒక కవరున్నది. ఆ కవరులో యీ ఉత్తరం వుంది" అన్నాడు రాజు.

యుగంధర్ ఉత్తరం చదివాడు.

"మేడమీద గదిలో వున్నది రేవతి. వెనక తలుపు తెరిచే వుంది. వెళ్ళండి... ప్రాక్టికల్ జోకర్."

యుగంధర్, రాజు వెనకవైపుకి పరిగెత్తారు. తలుపు తొయ్యగానే తెరుచుకున్నది. నడవా, వంటయిల్లు, భోజనాల గది దాటి హాల్లోకి, హాలు పక్కన వున్న మెట్ల గదిలోకి అక్కణ్నించి మేడమీదికి పరిగెత్తారు. మేడమీద మూడే గదులున్నాయి. మెట్లకి కుడివైపున వున్న గది తలుపు బార్లా తెరిచి సోఫాలో పడుకునున్నది రేవతి కళ్ళు మూసుకుని.

యుగంధర్ దగ్గిరికి వెళ్ళి "అమ్మాయ్! రేవతీ!" అని పిలిచాడు.

రేవతి పలకలేదు. మొహం ఎర్రగా వుంది. ఒళ్ళు ముట్టుకుని చూచాడు. కాలిపోతోంది. నూట నాలుగు పైన వుంటుంది జ్వరం.

"రాజు! త్వరగా వెళ్ళి అంబులెన్స్‌కి ఫోన్ చెయ్యి. ఆస్పత్రికి తీసుకువెళ్ళాలి" అన్నాడు యుగంధర్.

సరిగా ఆ సమయానికి రేవతి కళ్ళు తెరిచింది. యుగంధర్ని అరక్షణం భయంగా చూసి వెర్రికేక వేసింది. ఆగకుండా కేకలు వేస్తోంది.

"భయపడింది. అందుకే జ్వరం వచ్చింది. త్వరగా అంబులెన్స్‌కి ఫోన్ చెయ్యి" అని రాజుని పంపించాడు యుగంధర్.

"భయం లేదమ్మా! నేను యుగంధర్ని. మీ నాన్నగారి స్నేహితుణ్ని. మీ నాన్న, అమ్మ కాసేపట్లో వస్తారు" సముదాయిస్తున్నాడు యుగంధర్. అంతలో రాజు తిరిగివచ్చాడు.

"ఈ యింట్లోనే టెలిఫోన్ వున్నది. జి.హెచ్.కి ఫోన్ చేశాను. పోలీస్ స్టేషన్‌కి కూడా ఫోన్ చేసి భాస్కరరావుకి చెప్పమన్నాను. ఇతనే తోటమాలి" అన్నాడు రాజు.

"అవునయ్యా! నేనే తోటమాలిని. నిన్నరాత్రి నేను పడుకోబోతుండగా ఎవరో వచ్చి పిలిచాడు. పాకలోంచి బయటికి వెళ్లాను. ఎవడో నా నోరు నొక్కి పట్టుకుని పాకలోకి లాక్కెళ్ళి, నోట్లో జేబురుమాలు కుక్కి చేతులూ, కాళ్ళూ కట్టేశాడు" అన్నాడు ఆ తోటమాలి.

"ఆ మనిషిని చూడలేదా?"

"చీకట్లో కనపడలేదు."

"పొడుగో, పొట్టో, లావో, సన్నమో చెప్పగలవా?"

"బలంగా వున్నాడండి. అంతే చెప్పగలను."

"ఈ కవరు ఎప్పుడు పెట్టాడు నీ పక్కన."

"నాకు తెలియదండీ! ఇంకేమీ తెలియదు."

అంతలో సైరన్ వూదుకుంటూ అంబులెన్స్ వచ్చింది. వెనకే పోలీస్ వ్యాన్ వచ్చింది. అందులోంచి భాస్కరరావు, సీతమ్మ, వాళ్ళ రెండో కూతురూ దిగారు.

రేవతి ఎవర్నీ గుర్తుపట్టే స్థితిలో లేదు. అరుస్తోంది. డాక్టర్ వెంటనే యింజక్షన్ యిచ్చి "మెంటల్ షాక్! రెండురోజులవరకూ ఈ అమ్మాయిని ఎవరూ పలకరించకూడదు. మనస్సుకి విశ్రాంతి కావాలి. ఆస్పత్రికి తీసుకు వెళతాను" అని చెప్పి, స్ట్రెచర్‌లో పడుకోబెట్టించి తీసుకువెళ్ళాడు. స్ట్రెచర్ వెనకే రేవతి తల్లిదండ్రులు, యుగంధర్, రాజు, పోలీసులు వెళ్ళారు అంబులెన్స్ వరకూ.

"రాజూ! భాస్కరరావుగార్ని, ఆయన భార్యని, మీనని మన కారులో తీసుకు వెళ్ళి ఆస్పత్రి దగ్గిర దింపిరా" అన్నాడు యుగంధర్. తర్వాత పోలీస్ డివిజనల్ ఇన్‌స్పెక్టర్‌తో మాట్లాడి, తోటమాలి పాక దగ్గిరికి దారి తీశాడు.

"నీ పేరేమిటి?" అడిగాడు యుగంధర్ తోటమాలిని.

"మురుగన్."

"అతను నీకు ఎంత యిచ్చాడు?"

"ఎవరు సార్?"

"నిన్ను తాళ్ళతో కట్టేసిన మనిషి."

"నాకు ఏం యిచ్చాడు! ఏమీ యివ్వలేదే!"

యుగంధర్ నవ్వి "మురుగన్! నీకు జైలుకు వెళ్ళాలని వుందా?" అడిగాడు.

"జైలుకా! ఎందుకు?" అడిగాడు మురుగన్ భయంతో.

"నువ్వు నాటకం ఆడుతున్నావని నాకు తెలుసు. అబద్ధం చెప్పక. అతను నీకు ఎంత డబ్బు యిచ్చాడు? జరిగినదంతా వివరంగా చెప్పు. అతన్ని పట్టుకునేందుకు నువ్వు సహాయపడితే నీకు శిక్ష పడదు. పోలీసులు నిన్ను క్షమించేటట్టు నేను చూస్తాను."

"నాకేమీ తెలియదు సార్" అన్నాడు మురుగన్.

"సరే, నీ యిష్టం" అని యుగంధర్ వెనక్కి తిరిగి ఇన్స్పెక్టర్ దగ్గిరికి వెళ్ళి "మీ పని మీరు చెయ్యండి" అన్నాడు.

సార్జెంటు, మరొక యిద్దరు కానిస్టేబుల్స్ మురుగన్ పాకలోకి వెళ్ళారు. డబ్బాలు, ముంతలు, గోనెసంచులు, కంబళీలు అన్నీ తీసి వెతికారు. గుడిసె నాలుగు మూలలా గాలించారు.

"ఏమీ కనిపించలేదు సార్!" అన్నాడు సార్జెంటు ఇన్స్పెక్టర్తో.

"నిన్న ఈ మురుగన్ ఎక్కడికి వెళ్ళాడో, ఏం చేశాడో కనుక్కోండి. పద మురుగన్!" అన్నాడు యుగంధర్.

"ఎక్కడికి సార్!"

"స్టేషన్కి."

"ఎందుకు సార్?"

"లాకప్లోకి" అన్నాడు ఇన్స్పెక్టర్. అప్పటికీ మురుగన్ ఏమీ చెప్పలేదు. మురుగన్ని పోలీస్వ్యాన్లో ఎక్కించి ఇన్స్పెక్టర్, యుగంధర్ మేడమీదికి వెళ్ళారు.

ఆ ప్రాక్టికల్ జోకర్ ఆనవాలు తెలిపే సూచనలు కనపడతాయనా?" అడిగాడు ఇన్స్పెక్టర్.

యుగంధర్ తలవూపాడు.

"అంత జాగ్రత్త మనిషి సూచనలు వదులుతాడా!"

"ఏమో! ఎంత జాగ్రత్త మనిషి అయినా పొరపాటు చెయ్యవచ్చు."

రేవతి పడుకున్న గది అంతా వెతికారు. తివాసీ, బల్లలు, తలుపులూ, నాలుగు మూలలూ, భూతద్దంలో పరీక్ష చేశాడు యుగంధర్. ఏమీ కనిపించలేదు. తర్వాత తెర తోసుకుని అవతల గదిలోకి వెళ్ళాడు. నేలమీద తెల్లని పౌడర్ వున్నది. ఆ పౌడర్లో బూట్సుజాడ స్పష్టంగా కనిపించింది. "దయచేసి యీ ముద్ర ఫొటో తీయించే ఏర్పాటు చెయ్యండి" అని ఇన్‌స్పెక్టర్‌కి చెప్పాడు.

"వెంటనే ఏర్పాటు చేస్తాను. క్రైంబ్రాంచికి ఫోన్ చేస్తాను" అని ఇన్‌స్పెక్టర్ అక్కణ్నించి వెళ్ళిపోయాడు.

యుగంధర్ యింకా వెతుకుతున్నాడు. అక్కడే ఓ మూల కాల్చిపారేసిన సిగిరెట్ పీకని ముట్టుకోకుండా పొట్లం కట్టాడు. అద్దాన్ని పరీక్షగా చూశాడు. వేలిముద్రలున్నాయి. చాలా వున్నాయి. ఎవరివి? ఆ యింట్లో వాళ్ళవి అయ్యుండవచ్చు! ప్రాక్టికల్ జోకర్‌వి అయివుండవచ్చు. వాటిని ఫొటోలు తీయమని చెప్పాలి అనుకుని అవతల వున్న యింకో గదిలోకి వెళ్ళాడు. అక్కడ మంచం, ఒక బీరువా మాత్రం వున్నాయి. ఆ గది పరీక్ష చేశాడు. ఏమీ కనిపించలేదు.

అంతలో కారు ఆగిన చప్పుడయింది. యుగంధర్ కిటికీలోంచి తొంగి చూశాడు. ఇన్‌స్పెక్టర్ స్వరాజ్యరావు సపరివారంగా జీపులోంచి దిగుతున్నాడు.

యుగంధర్ కిందికి వెళ్ళాడు.

"హల్లో యుగంధర్! హత్య కాదు కదా!" అన్నాడు స్వరాజ్యరావు.

"థాంక్ గాడ్! కాదు" అని తనకి కావలసిన సహాయం చెప్పి "తోటమాలి నోటిలో జేబురుమాలు కుక్కాడుట ఆ ప్రాక్టికల్ జోకర్. ఇదిగో ఆ రుమాలు. దీనిమీది చాకలి గుర్తునిబట్టి ఎవరిదో తెలుసుకోవడానికి ప్రయత్నించండి" అని స్వరాజ్యరావుకి తతిమ్మా దర్యాప్తు ఒప్పచెప్పాడు. సరిగా ఆ సమయానికి రాజు వచ్చి "సార్! రేవతి షాక్‌లోంచి తేరుకున్నది" చెప్పాడు.

"వెరీగుడ్."

"చెప్పింది సార్ ప్రాక్టికల్ జోకర్ ఎవరో."

"ఎవరు?"

"ఒక కుష్టువాడుట. రోజూ వాళ్ళ యింటికి ముష్టికి వస్తాడుట. అతనేనట."

"వివరంగా చెప్పు, రేవతి ఏం చెప్పింది?"

రాజు చెప్పాడు.

"ఆ ముష్టివాణ్ణి పట్టుకునేందుకు ఏర్పాటు చేశావా?"

"చేశాను సార్! ఆ డివిజన్ పోలీస్ ఇన్‌స్పెక్టర్‌కి ఫోన్ చేశాను."

"పద" అని యుగంధర్ రాజుతో బయలుదేరాడు.

క్రిజ్లర్ కారు పోలీస్ స్టేషన్ ముందు ఆపాడు రాజు. పోలీస్‌స్టేషన్ వసారాలో పచార్లు చేస్తున్న భాస్కరరావుని చూడగానే "ఈయన యిక్కడికి ఎందుకు వచ్చారు?" అడిగాడు యుగంధర్.

"బహుశా పోలీసులు ఆ ముష్టివాణ్ణి పట్టుకుని తీసుకువచ్చి వుంటారు. అతన్ని గుర్తుపట్టేందుకు భాస్కరరావుని పిలిపించి వుంటాడు ఇన్‌స్పెక్టర్" అని రాజు చెప్పగానే యుగంధర్ కారు దిగి "భాస్కరరావుగారూ! ఆ ముష్టివాణ్ణి చూశారా?" అడిగాడు.

"చూశాను. వాడే మా యింటికి రోజూ ముష్టికి వచ్చే కుష్టు. సందేహం లేదు."

"ఏమంటాడు?"

"తనకేమీ తెలియదని అంటున్నాడు. ఇన్‌స్పెక్టర్ వాణ్ణి ప్రశ్నిస్తున్నారు."

యుగంధర్ తలవూపి లోపలికి వెళ్ళాడు. స్టేషన్ రైటర్ యుగంధర్ని చూడగానే లేచి నిలుచుని "ఇన్‌స్పెక్టర్ లోపల వున్నారు సార్!" అన్నాడు.

"థాంక్స్" అని యుగంధర్ లోపలికి వెళ్ళాడు.

అది చాలా చిన్న గది. బాగా ఎత్తుగా ఇనుప కడ్డీలున్న చిన్న కిటికీ. అది లాకప్ గది కాదు. అనుమానితులను ప్రశ్నించే గది.

యుగంధర్‌ని చూడగానే ఇన్‌స్పెక్టర్ సెల్యూట్ చేసి "తనకేమీ తెలియదని బుకాయిస్తున్నాడు" అన్నాడు.

యుగంధర్ లోపలికి వెళ్ళాడు. అప్రయత్నంగా జేబురుమాలు తీసుకుని ముక్కుకి అడ్డు పెట్టుకున్నాడు దుర్వాసన భరించలేక.

"నీ పేరేమిటి?"

"చెల్లయ్య."

"ఎన్నేళ్ళు?" అడిగాడు యుగంధర్. ఎంత చూడకూడదనుకున్నా– ఎర్రగా వున్న ఆ కుష్టువాడి పుళ్ళమీదే నిలుస్తోంది అతని దృష్టి.

"తెలియదు సార్!" అన్నాడా ముష్టివాడు.

"నువ్వు వుండడం ఎక్కడ?"

"చెట్లకింద, పేవ్‌మెంట్లమీద. ఉండనిస్తే రైలుస్టేషన్ ప్లాట్‌ఫాం మీద."

"నీకు బంధువులు ఎవరయినా వున్నారా?"

"లేరు. ఒక్కణ్ణే. చస్తే కాల్చిపారేసేవాళ్ళు యెవరూ లేరు."

"ఎన్నేళ్ళయింది నీకీ జబ్బు వచ్చి?"

"తెలియదు. నాకు లెక్కలు రావు. చాలా ఏళ్ళయింది."

"నిన్న పొద్దున్న– తెల్లారగట్ట నువ్వు ఎక్కడ వున్నావ్?"

"ఏ వీధిలోనో ముష్టి అడుక్కుంటూ వుండి వుంటాను."

"అలాకాదు. స్పష్టంగా చెప్పాలి."

"తెలియదు... నాకేదీ స్పష్టంగా తెలియదు. ఈ వొంటి బాధతో..." మూలుగుతున్నాడు అక్కడక్కడ గోక్కుంటూ.

భాస్కరరావు యిల్లు గుర్తుచెప్పాడు యుగంధర్. "నిన్న పొద్దున్న నువ్వు ఆ యింటికి వెళ్ళావా?" అడిగాడు.

"లేదు. ఆ ప్రాంతానికి వెళ్ళలేదు."

"ఆ యింట్లో ఓ అమ్మాయి వుంది. నీకు భిక్షం వేసేది. జ్ఞాపకం వున్నదా?"

తల వూపాడతను. "బంగారంలాంటి అమ్మాయి. పుణ్యాత్మురాలు" అన్నాడు.

"నిన్న పొద్దున్న నువ్వు ఆ అమ్మాయిని ఎత్తుకువెళ్ళావా?" అని యుగంధర్ అంటుండగా ఆ ముష్టి అతను పకపక నవ్వాడు. "నేనా? ఎత్తుకుపోవడమా? కాళ్ళు కదలవు. చేతులు ముడవలేను. వేళ్ళు కదలవు. ఛ! ఈ పాపిష్టి చేతులతో ఆ చిన్నతల్లిని ముట్టుకుంటానా!" అన్నాడు.

డిటెక్టివ్ యుగంధర్ ఆ ముష్టి అతన్ని రెండు నిమిషాలు పరీక్షగా చూశాడు. "నువ్వు యిలా వీధుల్లో ముష్టి అడుగుతూ తిరగడమెందుకు? కుష్టురోగులకి ప్రభుత్వం స్థాపించిన ఆస్పత్రికి వెళ్ళరాదూ!"

"నన్ను చేర్చుకుంటారా?" అడిగాడు అతను ఆశతో.

"నేను ఏర్పాటు చేస్తాను" అని యుగంధర్ ఇన్‌స్పెక్టర్‌తో సహా ఆ గదిలోంచి బయటికి వచ్చి, "చాలా ముదిరిపోయిన కేసు. రేవతిని యితను ఎత్తుకువెళ్ళి వుండడం కానీ, ఆ ఏర్పాటు యితను చేసి వుండడం కానీ అసంభవం. అతనికేం సంబంధం లేదు. అతను చెప్పినట్లు చేతులూ కాళ్ళూ అతని స్వాధీనంలో లేవు. నేను కుష్ఠరోగుల ఆసుపత్రికి ఫోన్ చేసి సూపరింటెండెంట్‌తో మాట్లాడతాను. వాళ్ళు వ్యాన్ పంపిస్తారు. అతన్ని వాళ్ళకి ఒప్పచెప్పండి" అని యుగంధర్ వసారాలోకి వెళ్ళాడు.

"వాడేమంటాడు?" అడిగాడు భాస్కరరావు యుగంధర్ని.

"మీ యింటికి రోజూ వచ్చే ముష్టివాడే కాని ఇతను మీ అమ్మాయిని ఎత్తుకు పోలేదు. పదండి" అని భాస్కరరావుని కారెక్కించుకుని యుగంధర్, రాజు పోలీస్‌స్టేషన్‌నించి బయలుదేరారు.

✤ ✤ ✤

"స్పృహ వచ్చింది. కాసేపు మాట్లాడింది, మళ్ళీ నిద్రమందు యిచ్చాను. నిద్రపోతోంది" అన్నాడు డాక్టర్ యుగంధర్‌తో.

"గుడ్! ఆ అమ్మాయిని అడగవలసిన దేమీ లేదు. గదిముందు రాత్రింబగళ్ళు పోలీస్ కానిస్టేబుల్స్‌ని కాపలా వుంచుతాను. తల్లినీ, తండ్రినీ, ఆస్పత్రి వుద్యోగులనీ తప్ప యింకెవర్నీ లోపలికి వెళ్ళవద్దని వాళ్ళకి ఆదేశం యిస్తాను."

"దట్ యీజ్ ఆల్‌రైట్!" అన్నాడు డాక్టర్.

"పేషెంటు పూర్తిగా కోలుకోగానే నాకు కానీ, డిటెక్టివ్ ఇన్‌స్పెక్టర్ స్వరాజ్యరావుకి కానీ టెలిఫోన్ చేసి చెప్పండి" అని యుగంధర్ రాజుతో, భాస్కరరావుతో అక్కణ్నించి బయలుదేరాడు. రేవతి తల్లి ఆస్పత్రిలోనే వుండిపోయింది.

"భాస్కరరావుగారూ! మీరు ఇలా ఖంగారుపడి ప్రయోజనం లేదు. ఇకముందు చాలా జాగ్రత్తగా వుండండి. ఆ ప్రాక్టికల్ జోకర్ ఎవడో తెలుసుకుని పట్టుకునే బాధ్యత మాకు వదలండి."

"మెనీ థాంక్స్."

"మిమ్మల్ని ఆఫీసువద్ద దింపి వెళతాము" అనగానే "మీకెందుకు శ్రమ. ఇక్కడెక్కడయినా దింపితే నేను బస్సులో వెళతాను" అన్నాడు.

"శ్రమ ఏమీలేదు" చెప్పాడు యుగంధర్.

భాస్కరరావుని ఆఫీసు వద్ద దింపి, జాగ్రత్త అని మరొకసారి హెచ్చరించి యుగంధర్, రాజు తిన్నగా పోలీస్ హెడ్‌క్వార్టర్స్‌కి వెళ్ళారు.

"హల్లో స్వరాజ్యరావు! ఏమైనా తెలిసిందా?" అడిగాడు రాజు.

"జేబురుమాల గురించా? ఆc తెలిసింది" అన్నాడు ఇన్‌స్పెక్టర్ స్వరాజ్యరావు సిగిరెట్ డబ్బా యుగంధర్ ముందుకి తోస్తూ.

"వివరాలు?"

"స్టార్ట్ లాండ్రీవాళ్ళ గుర్తు అది. భాస్కరరావు అనే ఆయన యింటినించి వచ్చిన బట్టల గుర్తు అది. ఆ భాస్కరరావు చిరునామా చెప్పనా?" అడిగాడు ఇన్‌స్పెక్టర్ నవ్వుతూ.

యుగంధర్, రాజు కూడా నవ్వారు. "ఆ ప్రాక్టికల్ జోకర్ చాలా జాగ్రత్త పడుతున్నాడన్నమాట! భాస్కరరావు జేబురుమాలు అతనికి ఎలా దొరికిందో!" అన్నాడు రాజు.

"బహుశా రేవతి హేండ్‌బ్యాగ్‌లోంచి తీసుకునుంటాడు" అని ఇన్‌స్పెక్టర్ సూచించాడు.

"తోటమాలి ఏమైనా చెప్పాడా?" అడిగాడు యుగంధర్.

"మీ అనుమానం సరయినదే అని నాకు అనిపిస్తోంది. ఆ తోటమాలి ఏదో దాస్తున్నాడు. ఎంత ప్రశ్నించినా, ఎంత బెదిరించినా ఏమీ చెప్పడం లేదు" అని ఇన్‌స్పెక్టర్ చెప్పగానే యుగంధర్ "మళ్ళీ అడిగి చూద్దాం! ఎక్కడున్నాడు?" అడిగాడు.

"కింద యింటరాగేషన్ గదిలో వున్నాడు. సార్జంటు ప్రయత్నిస్తున్నాడు అతనిచేత నిజం చెప్పించేందుకు. పదండి."

మురుగన్ ఒక బెంచీమీద కూర్చున్నాడు. అతనికి ఎదురుగా సార్జంటు శివం నిలబడి మురుగన్ని ఉరిమి చూస్తున్నాడు. ఇన్‌స్పెక్టర్, యుగంధర్, రాజు రాగానే శివం దూరంగా జరిగి "తనకేమీ తెలియదంటున్నాడు సార్!" అన్నాడు.

యుగంధర్ ముందుకు వెళ్ళి "మురుగన్! నువ్వు జైలులో వుండదలుచు కున్నావా?" అడిగాడు.

"ఎందుకు? నేనేం తప్పు చేశానని నన్ను జైలులో పెడతారు?"

"తప్పుచేసి వుండకపోతే జైలులో పెట్టరు. నిజమే! తప్పు చేసి వుంటే జైలుశిక్ష పడుతుందని తెలుసా?"

మురుగన్ మాట్లాడలేదు.

"డబ్బుకి ఆశపడి నువ్వు తప్పు చేసివుంటే యిప్పుడే చెప్పెయ్యి. పోలీసులు సానుభూతితో చూస్తారు. నీకు శిక్ష పడకుండా చేస్తాము" అన్నాడు యుగంధర్.

"నేనేమీ తప్పు చెయ్యలేదు" అన్నాడు మురుగన్.

"నిన్నంతా నువ్వు ఎక్కడ తిరిగిందీ, నిన్ను ఎవరెవరు కలుసుకున్నదీ– అంతా దర్యాప్తు చేస్తున్నారు పోలీసులు. వాళ్ళే తెలుసుకున్న పక్షంలో తర్వాత నీమీద జాలి చూపించరు."

"నేనేమీ తప్పు చేయలేదు" అన్నాడు మురుగన్ మళ్ళీ.

యుగంధర్, రాజు ఇన్‌స్పెక్టర్‌తో అతని గదిలోకి వెళ్ళారు.

"మురుగన్ ఏదో దాస్తున్నాడనే నిశ్చయం" అన్నాడు యుగంధర్.

"అవును. మనిషి తొణకడం లేదు. ఎటువంటి పరిస్థితుల్లోనూ అతను నిజం చెప్పదలచుకోలేదు. అందుకే బింకంగా నాకేం తెలియదంటున్నాడు" అన్నాడు రాజు.

"సరేలెండి. మా పోలీసు దర్యాప్తులో బయటపడుతుంది. అన్నట్టు వేలిముద్రల రికార్డు ఆఫీసువాళ్ళని అడగాలి. మీరు చెప్పిన వేలిముద్రలు ఎవరివో తెలిశాయేమో!" అంటూ ఇన్‌స్పెక్టర్ టెలిఫోన్ చేశాడు.

అయిదు నిమిషాలు మాట్లాడి రిసీవర్ పెట్టేసి "అటువంటి వేలిముద్రలు రికార్డులో లేవుట. అంటే యీ ప్రాక్టికల్ జోకర్ పాత నేరస్థుడు కాదన్న మాట" అన్నాడు ఇన్‌స్పెక్టరు. ఇన్‌స్పెక్టరు ఆ మాట అంటుండగా టెలిఫోన్ గణగణ మోగింది.

"హల్లో! ఇన్‌స్పెక్టర్ స్వరాజ్యరావు స్పీకింగ్. ఆ! వెంటనే వస్తున్నాము. అవును. డిటెక్టివ్ యుగంధర్‌గారు యిక్కడే వున్నారు" అని రిసీవర్ పెట్టేసి "హత్య జరిగింది. మీ ప్రాక్టికల్ జోకర్ ప్రాక్టికల్ జోక్స్‌తో తృప్తిపడలేదు... హత్య చేశాడు" అన్నాడు.

"ఎవర్ని?" అడిగాడు రాజు.

"భాస్కరరావుగారి భార్యని."

✤ ✤ ✤

"అర్థంలేదు" అన్నాడు రాజు.

క్రిజ్లర్ కారులో ముగ్గురూ భాస్కరరావు యింటికి వెళ్ళుతున్నారు.

"ఏమిటి?" అడిగాడు ఇన్‌స్పెక్టర్.

"ప్రాక్టికల్ జోకర్ యింతవరకూ తన అక్కసు అంతా భాస్కరరావుగారి మీద, ఆయన పెద్ద కుమార్తె రేవతి మీద చూపించాడు. భాస్కరరావుగారి భార్యమీద అతనికి కోపం కానీ, ద్వేషం కానీ వున్నట్లు సూచనగా నయినా అతని జోక్స్ వల్ల తెలియలేదు" అన్నాడు రాజు.

"భాస్కరరావు భార్యని హత్య చేసింది ప్రాక్టికల్ జోకర్ అని నిశ్చయమేమిటి?" అడిగాడు యుగంధర్.

"ఏమో!" అన్నాడు స్వరాజ్యరావు.

రాజు క్రిజ్లర్ కారు భాస్కరరావు యింటిముందు ఆపాడు. గేటుదగ్గిర యిద్దరు పోలీసు కానిస్టేబుల్స్ కాపలా నిలుచున్నారు. అంబులెన్స్, రెండు కార్లు వున్నాయి. రోడ్డుమీద, ఇంటి వసారాలో కొంతమంది పోలీస్ వుద్యోగులు నిలబడి వున్నారు. ఇన్‌స్పెక్టర్ స్వరాజ్యరావుని చూడగానే సెల్యూట్ చేశారు వాళ్ళు.

"శవాన్ని డాక్టర్ పరీక్ష చేశారు" అన్నాడు స్థానిక పోలీస్ ఇన్‌స్పెక్టర్.

"ఎలా హత్య చేయబడింది ఆమె?" అడిగాడు స్వరాజ్యరావు.

"కత్తితో పొడవబడింది."

"ఎక్కడ? వీపులోనా? ఛాతీలోనా?"

"ఛాతీలో."

"భాస్కరరావుగారికీ, ఆమె రెండవ కుమార్తె మీనాకి కబురు పంపేరా?"

"లేదు సార్"

"హత్య గురించి మీకు రిపోర్టు ఎవరు యిచ్చారు?"

"పక్కింటివాళ్ళు."

"వాళ్ళకి ఎలా తెలిసింది?" అడిగాడు యుగంధర్.

"పచ్చి మిరపకాయల కోసం పక్కింట్లో ఆమె వచ్చిందట. తలుపు దగ్గిరికి వేసి వుందట. ఒకటి రెండుసార్లు పిలిచి తర్వాత తలుపు తీసుకుని లోపలి కెళ్ళిందట. హాల్లో ఎవరూ లేరుట. తిన్నగా వంట యింట్లోకి వెళ్ళిందట.

నేలమీద పడివున్న శవం చూసి భయపడిపోయి కేకలు వేసేప్పటికి నలుగురూ వచ్చారుట. ఎవరో మాకు ఫోన్ చేశారు" చెప్పాడు స్థానిక ఇన్స్పెక్టర్.

లోపల్నించి డాక్టర్ వసారాలోకి వచ్చాడు. స్వరాజ్యరావుని, యుగంధర్ని చూసి గుర్తుపట్టి "నేను చెప్పగలిగిందేమీ లేదు. కత్తి గుండెల్లో పొడవబడింది. తిన్నగా గుండెలో దిగబడింది. కత్తి దిగబడిన ఒకటి రెండు నిముషాలలో ప్రాణం పోయి వుంటుంది. కేకలు వెయ్యడానికి కూడా వ్యవధి వుండి వుండదు. మహా అయితే సన్నగా మూలిగి వుంటుంది" అన్నాడు డాక్టరు.

"హత్య జరిగి ఎంతసేపయి వుంటుంది?" అడిగాడు స్వరాజ్యరావు.

"ఇంకా వొళ్ళు కొయ్యబారలేదు, పూర్తిగా చల్లబడనూ లేదు. రెండు గంటల క్రితం హత్య జరిగి వుండాలని నా అంచనా."

"థాంక్స్ డాక్టర్!" అని స్వరాజ్యరావు ఫొటోగ్రాఫర్లని లోపలికి వెళ్ళమని చెప్పాడు. యుగంధర్ వైపు తిరిగి "భాస్కరరావుకి కబురు చెయ్యొద్దా?" అడిగాడు.

"అవును, టెలిఫోన్ చేయిస్తారా? ఎవర్నయినా ఆఫీసుకి పంపిస్తారా?"

"స్థానిక ఇన్స్పెక్టర్ని వెళ్ళి భాస్కరరావుకి చెప్పి తీసుకురమ్మని చెబుతాను."

"గుడ్" అన్నాడు యుగంధర్. సిగిరెట్ వెలిగించి, అక్కడే వసారాలో నిలబడి ఆలోచిస్తున్నాడు. ఇక ప్రాక్టికల్ జోకర్ అనే పేరు మార్చెయ్యాలి. సామాన్యమైన హంతకుడు... అంతే. హత్య చేసేముందు ఈ ప్రాక్టికల్ జోకరే చాలా పెద్ద నాటకం ఆడాడు.

ఎందుకు యింత పెద్ద నాటకం ఆడాడు! ఎందుకు భాస్కరరావునీ, రేవతినీ, యీ కుటుంబాన్నీ యింత వేధించుకు తిన్నాడు! భాస్కరరావు భార్యని హత్య చేయడమే అతని లక్ష్యం అయితే ఇన్నిరోజులు ఇన్ని అఘాయిత్యాలు చెయ్యకుండా అవకాశం దొరకగానే హత్యచేసి వుండవచ్చు కదా! ఆకస్మికంగా ప్రాక్టికల్ జోకర్ ఎవరో భాస్కరరావు భార్యకి తెలిసిపోయిందా! ఆమె నోరు నొక్కెయడానికే ఆమెని హత్య చేశాడా!

"రండి యుగంధర్!" అన్నాడు ఇన్స్పెక్టర్ స్వరాజ్యరావు.

యుగంధర్ ఆలోచనల్లోంచి తెప్పరిల్లి ఇన్స్పెక్టర్ వెంట లోపలికి వెళ్ళాడు.

తలుపువైపు తల, పొగ గూడు వైపు కాళ్ళు- వంట యింట్లో నేలమీద పడివున్నది భాస్కరరావు భార్య రక్తపుమడుగులో. ఛాతీలోంచి కారిన రక్తం

తూమువైపు జారి అక్కడ వున్న నీళ్ళలో కలిసిపోయింది. తూము ప్రాంతాల రెండు చదరపు అడుగుల మేర అంతా ఎర్రగా వుంది. ఆమె కళ్ళు తెరుచుకునే వున్నాయి. రెండుచేతులూ తలమీదికి వున్నాయి. కళ్ళగుడ్లు బయటికి వచ్చి తెల్ల గుడ్లు ఎక్కువగా కనిపిస్తున్నాయి. పొయ్యి ఆరిపోయింది. పొయ్యిమీద పెనమూ పెనంమీద సగం కాలిన చపాతీ వున్నాయి. కాళ్ళ దగ్గిర చిన్న కత్తిపీట, తరిగిన వంకాయముక్కలు, కూరలబుట్ట వున్నాయి.

"వంట చేస్తుండగా ఎవరో వచ్చారు. వెనక్కి తిరిగి చూసింది. ఆ మనిషిని చూసి భయపడిపోయింది. తలుపు దగ్గిరికి వచ్చింది. ఆ మనిషి కత్తితో గుండెల్లో పొడిచి వుండాలి. వెంటనే పడిపోయి వుండాలి" అన్నాడు యుగంధర్.

"ఇది చూశారా?" అడిగాడు రాజు.

రాజు వేలు చూపినవైపు యుగంధర్ తలతిప్పాడు. వంట యింటి తలుపు మీద 'ప్రాక్టికల్ జోకర్' అని ఎర్రని అక్షరాలున్నాయి.

"రక్తమా?" అడిగాడు రాజు.

"కాదు. ఎర్రని మైనపు బిళ్ళతో రాశాడు."

యుగంధర్ తలుపు దగ్గిరికి వెళ్ళి, దస్తూరి పరీక్షగా చూసి "ఈ అక్షరాలని కూడా ఫొటో తీశారా?" అడిగాడు ఇన్‌స్పెక్టర్ని.

"తీసే వుంటారు. కనుక్కుంటాను" అని బయటికి వెళ్ళి క్షణంలో తిరిగివచ్చి "ఆ! తీశారు" చెప్పాడు ఇన్‌స్పెక్టర్.

"భాస్కరరావు భార్య యింట్లో ఒంటిగా వుంటుందని ప్రాక్టికల్ జోకర్‌కి ఎలా తెలుసో?" అన్నాడు రాజు.

"భాస్కరరావు గురించీ, ఆయన కుటుంబం గురించీ చాలా విషయాలు తెలిసిన యీ ప్రాక్టిక్ జోకర్‌కి యీ చిన్న విషయం తెలియడంలో ఆశ్చర్యం లేదు. అయినా ఈ హత్య ప్రాక్టికల్ జోకర్ చేశాడని నిశ్చయంగా ఎలా అనగలం!" అన్నాడు యుగంధర్.

"అదేమిటి యుగంధర్! స్పష్టంగా తలుపుమీద రాశాడుగా!"

"ఈ అక్షరాలకీ, ప్రాక్టికల్ జోకర్ దస్తూరికీ ఏ మాత్రం పోలిక వున్నట్టు కనిపించడంలేదు. ఫొటోలు తీసి, సూక్ష్మంగా పరీక్ష చేస్తేకాని నిశ్చయంగా

చెప్పలేము. మరెవరో ఈ హత్య చేసి, నేరం ప్రాక్టికల్ జోకర్ మీదకి తొయ్యడానికి ప్రయత్నించి వుండవచ్చు. కనుక మనం ప్రస్తుతానికి ఏ అభిప్రాయాలూ ఏర్పరచుకోకూడదు" అన్నాడు యుగంధర్.

రాజు చిన్నగా దగ్గాడు. "ఏమిటి రాజూ?"

"ప్రాక్టికల్ జోకర్ ఎవరో భాస్కరరావు భార్యకి తెలియటం వల్ల ఆమె నోరు నొక్కేశాడు అనుకోడానికి వీలులేదు అనుకుంటాను" అన్నాడు రాజు.

"ఏం?"

"ప్రాక్టికల్ జోకర్‌ని తలుపుదగ్గిర చూసింది ఆమె. గుర్తుపట్టింది. వెంటనే ఎందుకు కేకలు వెయ్యలేదు? ఎందుకు నలుగుర్నీ పిలవలేదు? ఎందుకు నెమ్మదిగా తలుపు వరకూ నడిచి వచ్చింది?" అడిగాడు రాజు.

"దానికి రెండు కారణాలుండి వుంటాయి. తలుపు దగ్గిర అతన్ని చూసి బాగా దగ్గిరికి వెళ్ళాక అతను ప్రాక్టికల్ జోకర్ అని తెలుసుకుని వుండవచ్చు. లేదూ! అంతకుముందే ప్రాక్టికల్ జోకర్ ఎవరో ఆమెకి తెలిసినా మనకి చెప్పడానికి భయపడి వుండవచ్చు" అన్నాడు యుగంధర్.

"యుగంధర్! ఈ హత్యకి అర్థమేమిటి? ప్రాక్టికల్ జోకర్ వేధిస్తున్నదీ, బాధిస్తున్నదీ భాస్కరరావునీ, అతని కుమార్తెనీ కదా! పాపం యీ యిల్లాలిని ఎందుకు హత్యచేశాడు? ఈమె అతనికి ఏం అపకారం చేసింది?" అన్నాడు ఇన్‌స్పెక్టర్ స్వరాజ్యరావు.

"మీ ప్రశ్నలకి సమాధానం తెలిస్తే యీ కేసే పూర్తవుతుంది. భాస్కరరావు మీద, రేవతిమీద ప్రాక్టికల్ జోకర్ కక్ష కట్టడానికి కారణం భాస్కరరావు భార్యే అయ్యుండాలి" యుగంధర్ అంటుండగా భాస్కరరావు పరిగెత్తుకుంటూ లోపలికి వచ్చాడు.

భార్య శవాన్ని చూడగానే కుప్పగా నేలమీద కూలి భోరున ఏడవటం ప్రారంభించాడు. ఎంత ఓదార్చినా ఆ దుఃఖం ఆగదు. ఎంత సానుభూతి చూపినా ఆ క్షోభ తగ్గదు. గుండె బరువు తగ్గేంతవరకూ ఏడవనివ్వాలని యుగంధర్‌కి తెలుసు. అందుకే పదిహేను నిమిషాలపాటు భాస్కరరావుని ఏ ప్రశ్నా అడగలేదు యుగంధర్. తర్వాత భాస్కరరావు భుజం తట్టి "హంతకుడ్ని ఉరికంబం ఎక్కించాలా, వద్దా?" అడిగాడు. భాస్కరరావు యుగంధర్‌ని చూసి

తల యెత్తి "ఉరికంబమా! చాలదు. చిత్రవధ చెయ్యాలి" అన్నాడు పళ్ళు పటపట కొరుకుతూ.

"అయితే ఇవతలకి రండి. ఆ హంతకుడ్ని పట్టుకునేందుకు మన ప్రయత్నం మనం చెయ్యాలి" భాస్కరరావు చెయ్యిపట్టుకుని హాలులోకి తీసుకువెళ్ళాడు. తమ సంభాషణ రాసుకోమని రాజుకి సౌంజ్ఞ చేసి "మీ భార్యని హత్య చేసిన మనిషి ఎవరో మీకు తెలియదు కదూ!" అడిగాడు.

"నాకా! తెలిస్తే యింకా యిక్కడ వుంటానా?" అన్నాడు భాస్కరరావు.

"ప్రాక్టికల్ జోకర్ ఈ హత్య చేశాడని అనుమానపడడానికి తగిన ఆధారాలున్నాయి. కనుక హంతకుణ్ని పట్టుకోవాలంటే ప్రాక్టికల్ జోకర్‌ని పట్టుకోవాలి. ప్రాక్టికల్ జోకర్ మీమీద, మీ అమ్మాయి రేవతిమీద కసి పెట్టుకున్నాడని మనం అనుకున్నది పొరపాటనుకుంటాను. అతనికి కసి, కక్ష, ద్వేషమూ అన్నీ మీ భార్యమీదే. రేవతిని బాధించడానికి కారణం మీ భార్యమీద ప్రాక్టికల్ జోకర్ తన కక్ష సాధించడానికే అని అనుకోవాలి. కనుక మీ భార్యని గురించి, ఆమె స్నేహితుల గురించి, విరోధుల గురించి, ఆమె గత జీవితాన్ని గురించి, ఆమె బంధువుల గురించి మీకు తెలిసిన విషయాలన్నీ దయచేసి సవిస్తరంగా చెప్పండి."

భాస్కరరావు యుగంధర్ని అయోమయంగా చూశాడు.

"నాకేం తెలియదు. నా భార్య మంచిది. సాధ్వి, గుణవంతురాలు. పిల్లల్ని ప్రేమతో పెంచింది. నేనూ, పిల్లలూ, వంట యిల్లూ తప్ప ఆమెకి యింకో ప్రపంచం లేదు. కక్ష పెట్టుకుని హత్యచేసి సాధించే విరోధి వున్నాడంటే నేను ఎలా నమ్మను... నమ్మలేను" అన్నాడు భాస్కరరావు.

అంతలో సార్జంటు శివం హడావిడిగా హాల్లోకి వచ్చి యుగంధర్ని, ఇన్‌స్పెక్టర్ని వసారాలోకి రమ్మని సౌంజ్ఞ చేశాడు. ఇద్దరూ వసారాలోకి వెళ్ళగానే "సార్, రేవతి ఆస్పత్రిలో లేదు. అదృశ్యమైంది" చెప్పాడు.

"ఎలా వెళ్ళిపోయింది! ఇద్దరు కానిస్టేబుల్సుని కాపలా పెట్టామే! ఎవర్నీ లోపలికి వెళ్ళనివ్వవద్దని చెప్పామే!" అన్నాడు ఇన్‌స్పెక్టర్.

"అదే విచిత్రం సార్! పోలీసు కానిస్టేబుల్స్ తలుపు దగ్గిరే కాపలా వున్నారు. రేవతి అటు వెళ్ళలేదని వాళ్ళు నిశ్చయంగా చెబుతున్నారు. ఆ గదికి యింకో తలుపు లేదు. బయటికి వెళ్ళేందుకు ఇంకో మార్గం లేదు" అన్నాడు సార్జంటు.

ఇన్‌స్పెక్టర్ ఉరిమిచూసి "ఏమిటి నువ్వు చెప్పడం! కానిస్టేబుల్స్ కళ్ళు తెరుచుకుని వుంటే ఎలా మాయమవుతుంది! గాలిలో ఎగిరిపోతుందా!" అన్నాడు.

"ఏమో సార్! నాకు తెలియదు. పక్కమీద ఆ అమ్మాయి లేదు. ఈ కవరు వున్నది" అంటూ ఓ కవరు ఇన్‌స్పెక్టర్ కిచ్చాడు సార్జంటు.

కవరుమీద 'డిటెక్టివ్ యుగంధర్‌కి ప్రాక్టికల్ జోకర్ నించి' అని రాసి వుంది.

ఇన్‌స్పెక్టర్ మొహం ఎర్రనయింది. కవరు యుగంధర్‌కిచ్చి "రాస్కెల్! ఏం రాశాడో త్వరగా చింపి చూడండి" అన్నాడు.

"డిటెక్టివ్ యుగంధర్‌గారికి,

నమస్కారములు.

రేవతి ఏమైనదని మీరు ఖంగారుపడవద్దు. క్షేమంగా వుంది. క్షేమంగానే వుంటుంది. రేవతి ఎక్కడ వున్నదీ మీరు తెలుసుకోలేరు. కనుక ప్రయత్నించవద్దు. శ్రమ వృధా అవుతుంది.

రేవతి తల్లి ఎందుకు హత్య చెయ్యబడింది అని ఆలోచించీ ప్రయోజనం లేదు. మీరు ఎంత ప్రయత్నించినా ఆ విషయమూ తెలియదు. ఆమెకీ, నాకూ తప్ప కారణం ఈ ప్రపంచంలో యింకొక మనిషికి తెలియదు. ఆమె చనిపోయింది కనుక చెప్పలేదు. నేను చెప్పను.

ఇంతటితో ప్రాక్టికల్ జోక్సు మానివేస్తున్నాను. భాస్కరరావునీ ఇక ఏ విధంగానూ కష్టపెట్టను. రేవతి నా దగ్గిరే వుంటుంది, ఇక రేవతిని ఆయన చూడరు.

మీరూ, భాస్కరరావుగారూ జరిగినవన్నీ మరిచిపోతే మంచిది.

–ప్రాక్టికల్ జోకర్."

యుగంధర్ ఉత్తరం చదివి ఇన్‌స్పెక్టర్‌కి ఇచ్చాడు.

"రాస్కెల్! మీరూ, భాస్కరరావుగారూ వూరుకుంటే మాత్రం నేనూరుకుంటానా? ఒక హత్య జరిగిన తరవాత, పోలీస్ రక్షణలో వున్న ఒక మనిషిని అపహరించిన తర్వాత పోలీసులు వూరుకుంటారని అనుకున్నాడా వెధవ!" అరిచాడు ఇన్‌స్పెక్టర్ మండిపడుతూ.

యుగంధర్ ఆలోచిస్తున్నాడు. ఇన్‌స్పెక్టర్ మాటలు వినిపించనంత ఏకాగ్రతలో వున్నాడు. అది గమనించి ఇన్‌స్పెక్టర్ చటుక్కున అరుపులు ఆపి "ఏమిటి యుగంధర్ అంత తీక్షణంగా ఆలోచిస్తున్నారు?" అడిగాడు.

"ఈ ఉత్తరం కూడా ప్రాక్టికల్ జోకేమోనని" అన్నాడు యుగంధర్.

"అంటే?"

"అంటే... ఆ ప్రాక్టికల్ జోకర్‌కీ సీతమ్మ హత్యతో ఎటువంటి సంబంధమూ లేదేమో! రేవతిని అతడు ఎక్కడికీ తీసుకువెళ్ళలేదేమో!" అన్నాడు రాజు.

"ఈ ఉత్తరం ఆస్పత్రిలో రేవతి గదిలో పరుపుమీద వున్నది. హత్య జరిగినచోట తలుపుమీద "ప్రాక్టికల్ జోకర్' అని రాశాడు. ఈ అఘాయిత్యాలు వాడే చేశాడనడానికి యీ నిదర్శనాలు చాలవా?" అడిగాడు ఇన్‌స్పెక్టర్.

యుగంధర్ తలవూపి "అవును. ప్రాక్టికల్ జోకర్‌కీ ఈ రెండు అఘాయిత్యా లకీ సంబంధం వుండి వుండాలి... ఒప్పుకుంటాను. కాని .." అని ఆగాడు.

అంతవరకూ కన్నీరు కారుస్తూ గోడకి ఆనుకుని నిలుచున్న భాస్కరరావు ముందుకి వచ్చి "మీరు యిలా తర్జన భర్జనలు చేస్తూ యిక్కడే వుంటారా లేక వాడ్ని పట్టుకుని, రేవతిని యింటికి తీసుకువచ్చే ప్రయత్నం చేస్తారా?" అని అరిచాడు.

"ఎవర్ని పట్టుకోవడం?" అడిగాడు యుగంధర్.

"వాణ్నే... ఆ ప్రాక్టికల్ జోకర్‌ని."

"ప్రాక్టికల్ జోకర్ కాడేమోనని..."

"మీ అనుమానాలూ మీరూ! వాడే అని స్పష్టంగా తెలుస్తూ వుంటే" అరిచాడు భాస్కరరావు.

"ప్రాక్టికల్ జోకర్ మీ భార్యని ఎందుకు హత్య చేసి వుంటాడు?" అడిగాడు యుగంధర్.

"నాకు తెలియదు... తెలియదు మొర్రో అంటే వినిపించుకోరు. తెలిస్తే వాడెవడో నేనే కనుక్కుని, వాడి పీక పట్టుకుని..."

"మీకు వివాహం అయినప్పుడు మీ భార్యకి ఎన్నేళ్ళు?" అడిగాడు యుగంధర్.

"పద్ధెనిమిది!"

"చదువుకునేదా?"

"అప్పటికి చదువు పూర్తి అయి యింట్లో వుంది."

"ఏం చదువుకుంది?"

"స్కూలు ఫైనల్."

"వివాహానికి పూర్వం ఆమె ఎవర్నయినా ప్రేమించిందా?" అడిగాడు యుగంధర్.

భాస్కరరావు కోపంగా చూశాడు యుగంధర్ని. "నాకు తెలియదు" అన్నాడు.

"మీ మామగారి పేరు, వూరు, చిరునామా చెపుతారా?"

"రాజమండ్రి" అని చిరునామా చెప్పాడు భాస్కరరావు.

"మీ భార్య వస్తువులు బీరువాలో వున్నాయా?"

"వస్తువులు ఏమిటి? చీరలు, నగలు బీరువాలో వున్నాయి."

"మీ అనుమతితో బీరువా తెరిచి చూస్తాను" అని యుగంధర్ అవతల గదిలోకి వెళ్ళాడు. భాస్కరరావు, ఇన్‌స్పెక్టర్, రాజు కూడా వెళ్ళారు. వాళ్ళు వెళ్ళగానే శవాన్ని మార్చురీకి పంపే ఏర్పాట్లు చేశాడు సార్జంటు.

చిన్న రోజ్‌వుడ్ బీరువా అది. పైన ఒక అర, కింద రెండు అరలు, మధ్య సొరుగూ వున్నాయి.

"మీ బట్టలు ఈ బీరువాలో లేవన్నమాట!" అన్నాడు యుగంధర్ బీరువా అరలో వున్న చీరలనీ, జాకెట్లనీ చూసి.

"బీరువాలో పెట్టుకునేటన్ని బట్టలు లేవు నాకు. అవిగో హేంగర్సుకి తగిలించాను" అన్నాడు భాస్కరరావు.

యుగంధర్ బీరువాలోంచి ఒక్కొక్క చీర తీసి మడత విప్పి చూస్తున్నాడు. ఒక చీర మడతలోంచి అయిదు రూపాయల నోటు పడ్డది. ఒక జాకెట్టు కింద గవర్నమెంటు ప్రయిజ్ బాండ్స్ వున్నాయి.

ఆ యిల్లాలు పొదుపు చేసి కూడబెట్టుకున్న డబ్బు అది. ఒక్క కాగితం ముక్కా లేదు.

తర్వాత సొరుగు తెరిచాడు. రెండు వెండి గ్లాసులు, ఒక కుంకం భరిణి, వెండి పన్నీరు చెంబు, ఒక చిన్న రేకు డబ్బా వున్నాయి. రేకుడబ్బా తెరిచి

చూశాడు. అందులో కమ్మలు, వుంగరాలు, తెగిపోయిన నల్లపూసల దండ వున్నాయి. సొరుగు అడుగున కాగితం పరచి వుంది. యుగంధర్ దాన్ని తీశాడు అడుగున ఏమైనా వున్నదేమోనని. ఏమీ లేదు. ఆలోచిస్తూ అక్కడే నిలుచున్నాడు. సీతమ్మ తన రహస్యాలు, రహస్యమైన ఉత్తరాలు ఎక్కడ దాచి వుంటుంది! పుట్టింట్లో దాచి వుంటుందా! ఆలోచిస్తున్నాడు.

"ఏమిటి ఆలోచిస్తున్నారు?" అడిగాడు రాజు.

రాజుకి జవాబు చెప్పకుండా యుగంధర్ పన్నీరుచెంబు తీసి, పైభాగాన్ని తిప్పి వూడదీశాడు. చెంబుపొట్టలో ఏవో కాగితాలున్నాయి. రెండు వేళ్ళూ పెట్టి ఆ కాగితాలు బయటికి లాగాడు. అందరూ యుగంధర్‌ని చూస్తున్నారు. రెండు కాగితాలు బయటికి లాగి వాటి మడతలు విప్పాడు.

"నా సీతకి..." అని మొదలయింది. అంతా చదవకుండా కింద సంతకం కోసం చూశాడు. పేరు లేదు. రెండో కాగితం విప్పాడు. అందులోనూ పైన 'సీతకి' అని రాసి వుంది. సంతకం లేదు. ఉత్తరంలో అక్షరాలు పైకి కనిపించేలా మడిచి భాస్కరరావుకి చూపించి "ఇది మీ దస్తూరేనా?" అడిగాడు యుగంధర్.

"కాదు. ఇలా యివ్వండి వాటిని."

"ఇప్పుడు కాదు. తర్వాత యిస్తాను. నేను పరీక్ష చెయ్యాలి" అన్నాడు యుగంధర్.

✤ ✤ ✤

యుగంధర్, రాజు, ఇన్‌స్పెక్టర్ స్వరాజ్యరావు క్రిజ్లర్ కారులో వెళ్ళుతున్నారు. యుగంధర్ పన్నీరు చెంబులో కనిపించిన ఒక ఉత్తరాన్ని తీసి చదవడం ప్రారంభించాడు.

"నా సీతకి,

సీతా! సీతా! ఇలా నీ పేరు నేను ఎన్నిసార్లు స్మరించుకుంటానో! నీ పేరు తలుచుకుంటే నా గుండె నిండిపోయింది ఆనందంతో.

వసారాలో కూర్చుని నేను చదువుకుంటుంటే లోపలినించి నీ నవ్వూ, నీ మాటలు, నీ అడుగుల సవ్వడీ, నీ గాజుల గలగలా వినిపిస్తే చాలు నా రక్తం వురకలు వేసి, నా గుండె నీ వైపుకి పరిగెత్తుతుంది.

నిన్న కిటికీ వూచల మధ్యనించి నువ్వు అందించిన నీ పెదిమలని లేతగా ముద్దు పెట్టుకున్న తర్వాత నేను ఏమయ్యానో నువ్వు వూహించగలవా!

మబ్బులమీద ఎక్కి స్వర్గానికి వెళ్ళినట్లు అనిపించింది.

సీతా! చెప్పెయ్యాలి! త్వరగా! ఇక నేను భరించలేను. ఇక నాకు నిగ్రహం లేదు. ఒప్పుకుంటే ఒప్పుకుంటారు. లేదా మనం వెళ్ళిపోదాం ఎవరికీ చెప్పకుండా. మన పొట్టలు పోషించుకునే శక్తి నాకున్నది. నాకు స్వతహాగా లేకపోయినా నీ ప్రేమ నాకు ఆ శక్తి యిస్తుంది.

సీతా! ఎప్పుడు చెపుతావు? ఎందుకిలా వాయిదా వేస్తావు? నీకు ధైర్యం లేదా! నేను చెపుతాను మీ వాళ్ళకి.

నువ్వు అనుమతి యిస్తే చాలు. జవాబు రాయి."

"సంతకం లేదు" అన్నాడు యుగంధర్ ఉత్తరం చదవడం పూర్తిచేసి.

"సంతకం లేకపోయినా కనుక్కోవడం కష్టం కాదనుకుంటాను" అన్నాడు ఇన్‌స్పెక్టర్ స్వరాజ్యరావు.

యుగంధర్ రెండో ఉత్తరం తీశాడు.

"సీత...

వచ్చే నెల 22వ తేదీన నీకు పెళ్ళా! అంతా నిశ్చయం అయిందిటగా! మీ నాన్నగారు చెప్పారు. నీరసంగా అడిగాను 'మీ అమ్మాయికి యిష్టమేనా?' అని.

'ఎందుకు యిష్టం కాదు! కుర్రాడు బాగుంటాడు. ఇష్టపడింది. అమ్మాయికి యిష్టం లేకపోతే నేను చేస్తానా' అన్నాడు ఆయన.

సీతా! అతన్నెవర్నో చూసి యిష్టపడ్డావన్న మాట! ఈ ఉత్తరంలో నిన్ను తిట్టను. తిట్టి ప్రయోజనం లేదు. నీ అంతరాత్మ నిన్ను బాధించదు. నేను రాశాను కాని నువ్వు నాకు ఎప్పుడూ ఒక్క ఉత్తరంకూడా రాయకపోవడానికి కారణం యిప్పుడు తెలుస్తోంది. నా వద్ద సాక్ష్యం ఏమీ వుండకుండా జాగ్రత్తపడ్డావు. అవునా! నువ్వు నన్ను ఏ విధంగా మభ్యపెట్టి మోసం చేసినదీ నేను ఎవరికి చెప్పినా నమ్మరు. పైగా నన్ను తిడతారు, తంతారు కూడా.

నాకు ఒక్కటే అర్థంకాదు. ఎందుకు నువ్వు నాకు యిన్ని అబద్ధాలు చెప్పావు? ఎందుకు నన్ను ప్రేమిస్తున్నాననీ, నన్ను పెళ్ళి చేసుకుంటాననీ

మభ్యపెట్టావు? అటువంటి ఉద్దేశ్యం మొదట్నించీ నీకు లేనేలేదని యిప్పుడు తెలుస్తోంది. మీ నాన్న నీకు పెళ్ళి చేసేటంతవరకూ కాస్త ఎక్సయిట్‌మెంట్‌కి చిన్న ప్రేమకలాపం సాగించదలుచుకున్నానని నువ్వు నాతో మొదటే చెప్పివుంటే నేనూ నా గుండెని అదుపులో పెట్టుకునేవాడ్ని. అలా కాక నేను నీ ప్రాణం అనీ, నా కోసం నువ్వు ఎవర్నయినా ఎదిరిస్తాననీ, ప్రపంచమంతా ఏకమై అడ్డువచ్చినా నన్ను పెళ్ళి చేసుకుంటాననీ ఎందుకు అబద్ధాలు చెప్పావు?

పోనీ మీ నాన్నకీ, అమ్మకీ చెప్పగా వాళ్ళు ఒప్పుకోక నిన్ను దండించి, లాంగతీశారా అంటే అదీ లేదు. నువ్వు మనల్ని గురించి వాళ్ళకి అసలు చెప్పనే లేదు. చెప్పాలనే ఉద్దేశ్యం లేనేలేదు నీకు. అమాయకమైన నీ కళ్ళల్లో, తీయగా వుండే నీ గొంతులో యింత స్వార్థం వుందనీ, కాస్త వినోదానికి నువ్వు యింకో మనిషి జీవితాన్ని నాశనం చెయ్యగల రాక్షసివి అనీ అనుకోలేదు నేను.

ఇప్పుడు నేను ఎవరికీ ఏమీ చెప్పను! బాధ, ఆవేదన భరిస్తాను. నీ పెళ్ళికి వస్తాను. చూపులో కానీ, మాటలో కానీ బయటపెట్టను. నేను బీదవాణ్ణి, చదువుకి కూడా డబ్బులేదు. అందుకేగా నన్ను యిలా చేశావు!

పెళ్ళి చేసుకో. కాపురానికి వెళ్లు. పిల్లల్ని కను. కొన్నాళ్ళకి నీ శరీరం తళతళ నీ ఒంటి నునుపు పోతాయి. కొన్నాళ్ళ తర్వాత మళ్ళీ నీకు కనిపిస్తాను. ఎలాగో నేను లక్షలు సంపాదిస్తాను. సంపాదించి తీర్తాను. ఎందుకు? నా కోసం కాదు, నీకు యివ్వడానికీ కాదు. నీ మీద కసి తీర్చుకోడానికి.

ఈవేళనించి నా బతుక్కి ఆధారం, నా జీవితానికి ఆశయం యీ కసి, యీ పట్టుదల. దృఢసంకల్పం వుంటే సాధించలేనిది వుండదంటారు. సాధిస్తాను. సాధించి నా కసి తీర్చుకుంటాను.

ఎలా తీర్చుకుంటానో, ఎప్పుడు తీర్చుకుంటానో నాకు తెలియదు. కాని నువ్వు చేసిన మోసానికి శిక్ష అనుభవిస్తావు."

యుగంధర్ ఉత్తరం చదవడం పూర్తిచేశాడు. ఇన్‌స్పెక్టర్, రాజు నిట్టూర్చారు.

"ఉత్తరానికి తేదీ వుందా?" అడిగాడు రాజు.

"లేదు కాని తెలుసుకోవచ్చు. ఈ రెండో ఉత్తరం భాస్కరరావు వివాహానికి నెలరోజుల ముందు రాసి వుండాలి" అన్నాడు యుగంధర్.

"ఈ ఉత్తరం రాసిన అతనే ప్రాక్టికల్ జోకర్ అయియుండాలి. సీతని హత్య చేసిన మనిషీ యితనే అయియుండాలి" ఇన్‌స్పెక్టర్ సూచించాడు.

"అంటే దాదాపు యిరవైఏళ్ళు యీ కసిని లోపల దాచుకుని, పెంచి పెద్దచేసి, ఇన్నాళ్ళ తర్వాత తన కసి తీర్చుకున్నాడా! మనిషి కాదు రాక్షసుడు" అన్నాడు రాజు.

"సీతమ్మ తల్లిదండ్రులని కలుసుకుంటే యితనెవరో తెలుస్తుంది. కనీసం అతని పేరు తెలుస్తుంది! ఇతను ఎక్కడున్నాడో, ఎక్కడికి వెళ్ళాడో వాళ్ళకి తెలియకపోవచ్చు కాని దర్యాప్తు ప్రారంభించాలంటే అక్కడే ప్రారంభించాలి" అన్నాడు యుగంధర్.

"పేరు మార్చుకుంటాడు. అంతేకాదు. ఇరవై ఏళ్ళల్లో రూపం కూడా బాగా మారి వుంటుంది" అన్నాడు రాజు.

"అయినా అతన్ని పట్టుకోగలం" అన్నాడు యుగంధర్.

"రేవతి విషయం ఏమిటి?ఆ ప్రాక్టికల్ జోకర్ ఆ అమ్మాయిని ఎక్కడో దాచేశాడు. వాణ్ని పట్టుకుంటే కాని ఆ అమ్మాయి దొరకదు" అన్నాడు ఇన్‌స్పెక్టర్.

"అసలు ఆస్పత్రినించి ఎలా ఎత్తుకుపోయాడు?" అడిగాడు రాజు.

కారు ఆస్పత్రి ఆవరణలో ఆగింది. ముగ్గురూ లోపలికి వెళ్ళారు.

ఇన్‌స్పెక్టర్ని చూడగానే రేవతి గదిముందు కాపలావున్న ఇద్దరు కానిస్టేబుల్స్ బెదిరిపోయి సెల్యూట్ చేశారు.

"మీరెందుకు యిక్కడ కాపలా వున్నారు? దిక్కులు చూడడానికా?" అడిగాడు ఇన్‌స్పెక్టర్.

"లేదు సార్! ఇద్దరమూ ఇక్కడే కాపలా వున్నాము. ఎలా వెళ్ళినదీ తెలియలేదు."

"నాన్సెన్స్! మనిషి గదిలోంచి ఎలా మాయమవుతుంది! గాలిలో కలిసిపోదుగా! మీ ముందునుంచే వెళ్ళి వుండాలి."

"లేదు సార్! ఆ అమ్మాయి వెళ్ళలేదు."

"ఎవరో ఎత్తుకుని వెళ్లి వుండాలి. మీరిద్దరూ కళ్ళు మూసుకుని వున్నారు."

"లేదు సార్! ఎత్తుకు వెళ్ళితే మేము చూసేవాళ్ళం."

"అయితే ఎలా మాయమవుతుంది? ఈ గదిలోంచి ఈ తలుపు తప్ప యింకొక మార్గం లేదు బయటికి వెళ్ళటానికి. మీరే చెప్పండి" అన్నాడు ఇన్‌స్పెక్టర్.

యుగంధర్, రాజు గదిలోకి వెళ్ళారు. యుగంధర్ రేవతి పడుకున్న మంచాన్నీ, పరుపునీ పరిశీలనగా చూశాడు.

మంచంకింద ఓ జత చెప్పులు కనిపించాయి.

"ఇవి రేవతివే అయుండాలి" అన్నాడు యుగంధర్.

"అవును సార్! రేవతివే!"

యుగంధర్ దిళ్ళుఎత్తి చూశాడు. ఏమీ కన్పించలేదు. తర్వాత పరుపు ఎత్తి చూశాడు. పరుపుకింద రేవతి కట్టుకున్న చీర, పరికిణీ మడిచిపెట్టి వున్నాయి.

"ఇదేమిటి సార్! రేవతి బట్టలు ఇక్కడే వున్నాయి. ఎలా వెళ్ళి వుంటుంది" అడిగాడు రాజు.

"రేవతిని ఎవరూ ఎత్తుకు వెళ్ళలేదు. రేవతి ఈ గదిలోంచి తనంతట తానే నడిచి వెళ్ళి వుండాలి. అలా వెళ్ళడానికి తగినంత ప్రోద్బలం వుండి వుండాలి. పోలీసులకి కనిపించకుండా, కన్పించిన వాళ్ళు ఆపకుండా ఎలా వెళ్ళినదీ వూహించగలుగుతున్నాను. పద నా వూహ సరియైనదీ కానిదీ కనుక్కుందాం" అన్నాడు యుగంధర్.

"రోగిని చూడడానికి డాక్టర్‌గారు వచ్చారా?" అడిగాడు యుగంధర్ కాపలా వున్న కానిస్టేబుల్‌ని.

"ఆ, వచ్చారండీ"

"తర్వాత యింకెవరయినా వచ్చారా?"

"లేదు" అన్నాడు కానిస్టేబుల్.

"డాక్టరుగారు మీతో ఏమైనా చెప్పారా?"

"పది నిమిషాల తర్వాత నర్సు వెళ్ళిపోతుందనీ, నర్సు వెళ్ళిన తర్వాత గదిలోకి ఎవర్నీ వెళ్ళనివ్వద్దనీ, రోగికి విశ్రాంతి కావాలనీ చెప్పారు."

యుగంధర్ ఇన్‌స్పెక్టర్‌ని చూసి చిన్నగా నవ్వి "ఆయన యీ ఆస్పత్రి డాక్టరు అని మీకెలా తెలుసు?" అడిగాడు కానిస్టేబుల్స్‌ని.

"డాక్టరే సార్! తెల్లకోటు, మెళ్ళో స్టెతస్కోప్."

"ఒంటరిగా వచ్చాడా గదిలోకి?"

"అవును."

"రేవతిని యీ గదిలోంచి తీసుకువెళ్ళింది ప్రాక్టికల్ జోకర్ అయివుండాలి. అమోఘమైన తెలివి ప్రదర్శించాడు. తెల్లకోటు వేసుకుని, స్టెతస్కోప్ మెళ్ళో తగిలించుకుని గదిలోకి వెళ్ళాడు. డాక్టరు అనుకుని కాపలా వున్న కానిస్టేబుల్స్ అతన్ని లోపలికి వెళ్ళనిచ్చారు. రేవతికి ఏం చెప్పాడో, ఏమని భయపెట్టి ఒప్పించాడో మనకి యిప్పుడు తెలియదు. కాని రేవతి అతనితో ఏకమై, అతను చెప్పిన ఉపాయం నచ్చి యీ గదిలోంచి బయటికి వెళ్ళింది!" అన్నాడు యుగంధర్.

"ఆమె వెళ్ళలేదు సార్!" అన్నాడు కానిస్టేబుల్.

"రేవతి రేవతిగా యీ గదిలోంచి వెళ్ళలేదు నిజమే. నర్సు డ్రెస్‌లో వెళ్ళింది. అదే ప్రాక్టికల్ జోకర్ తెలివి. నర్సు యూనిఫాం అతను తనతో లోపలికి తీసుకువెళ్ళి రేవతికిచ్చి వుంటాడు. రోగి గదిలోంచి నర్సు బయటికి వస్తుందని యీ కానిస్టేబుల్స్ మనస్సులో యింకింది. కనుక నర్సువేషంలో రేవతి బయటికి వచ్చినప్పుడు ఏమీ అనుమానం కలగలేదు వీళ్ళకి. అసలు నర్సు లోపలికి ఎప్పుడు వెళ్ళింది, వెళ్ళకుండా లోపల్నించి బయటికి ఎలా వచ్చింది అని ఆలోచించలేదు" అన్నాడు యుగంధర్.

ఇద్దరు కానిస్టేబుల్స్ ఒకరి మొహం ఒకరు చూసుకున్నారు. తమ తప్పు తెలిసింది.

"అవును సార్! నర్సు లోపలికి వెళ్ళలేదు..." అన్నాడు ఒకతను.

"ఏడిశావ్... ఇడియట్స్" తిడుతున్నాడు ఇన్‌స్పెక్టర్.

"వీళ్ళని ఏమి అనీ ప్రయోజనం లేదు. ప్రాక్టికల్ జోకర్ కిటుకు అలాటిది" అన్నాడు యుగంధర్ వెనక్కి తిరిగి.

స్వరాజ్యరావు యుగంధర్ పక్కనే నడుస్తూ "ఈ ప్రాక్టికల్ జోకర్ని మనం వెంటనే పట్టుకోకపోతే లాభం లేదు. మరీ మితిమీరిపోతున్నాడు" అన్నాడు.

"నిజమే! కాని ఎలా?" అడిగాడు యుగంధర్ నవ్వుతూ.

"మీమీదే ఆధారపడి వున్నాను నేను" అన్నాడు ఇన్‌స్పెక్టర్.

"అతని పేరేమిటి? ఏం చేస్తున్నాడు? ఎలా వుంటాడు? ఈ వివరాలు తెలుసుకోవాలి ముందు. నేను భాస్కరరావు మామగార్ని కలుసుకోవడానికి వాళ్ళ వూరికి వెళుతున్నాను" అన్నాడు.

"ఇరవై ఏళ్ళక్రితం వివరాలు తెలిస్తే ఇప్పుడు మనకేం ప్రయోజనం?" అడిగాడు ఇన్‌స్పెక్టర్.

"ఎక్కడో ఒకచోట దర్యాప్తు ప్రారంభించాలిగా!"

"రేవతి విషయం ఏంచేద్దాం?" అడిగాడు ఇన్‌స్పెక్టర్.

"రేవతి తనంతట తనే ఆస్పత్రిలోంచి వెళ్ళింది. ప్రాక్టికల్ జోకర్ ఎలాగో ఆమెని ఒప్పించి తీసికెళ్ళాడు. ప్రాక్టికల్ జోకర్‌తోనే ఆమె వుండి వుండాలి. రేవతికి ప్రస్తుతానికి ఏ ప్రమాదమూ వుండదని అనుకుంటున్నాను" అన్నాడు యుగంధర్.

6

"నా పేరు యుగంధర్! మీ అల్లుడు భాస్కరరావు ఈ ఉత్తరం ఇచ్చారు" అంటూ యుగంధర్ సీత తండ్రికి ఓ కవరు అందించాడు.

"కూర్చోండి!" అని కవరు చింపి, అందులో ఉత్తరం తీసి చదివి, కళ్ళు తుడుచుకుని "మీరేవో ప్రశ్నలు అడుగుతారనీ, సహకరించమనీ రాశాడు భాస్కరరావు. అడగండి" అన్నాడు. యుగంధర్ ప్రశ్న అడిగేలోపునే "క్షమించాలి. మీకు కాఫీకూడా యివ్వడానికి వీలులేదు. మా ఆవిడ దిగులుతో మంచం పట్టింది" అన్నాడు.

"ఓ ప్రాక్టికల్ జోకర్ అనేవాడు, భాస్కరరావుమీద, రేవతిమీద కసి పెట్టుకున్నాడు. కాని మీ అమ్మాయిని హత్య చెయ్యడానికి యింత నాటకం ఆడుతున్నాడని మేము ఎవరమూ అనుకోలేదు" అన్నాడు యుగంధర్.

"ఆ ప్రాక్టికల్ జోకర్ అనేవాడే యీ హత్య చేశాడని మీకెలా తెలుసు?" అడిగాడు వెంకటచలం,.

"ఆధారాలున్నాయి. అతన్ని గురించి మీ కేమన్నా తెలుసా?" అడిగాడు యుగంధర్.

"నాకెలా తెలుస్తుంది?" ఎదురు ప్రశ్న వేశాడు వెంకటచలం.

"మీ అమ్మాయి పెళ్ళికాక పూర్వం మీ యింట్లో వుండి, ఎవరైనా కుర్రాడు చదువుకునేవాడా?" అడిగాడు యుగంధర్.

"మా యింట్లో ఎవరూ లేరు. కుర్రాళ్ళా! ఎప్పుడూ?" అన్నాడు వెంకటచలం.

"క్షమించాలి. సరిగా జ్ఞాపకం చేసుకోండి. ఎవరో ఒక విద్యార్థి అయివుండవచ్చు. ఎవడో అనాధ బాలుడు అయివుండవచ్చు."

"యుగంధర్‌గారూ! నేను అబద్ధం చెప్పవలసిన అవసరం లేదు. మా యింట్లో ఏ అనాధ బాలుణ్ని అట్టేపెట్టుకోలేదు. వారాలు చేసుకునే కొంతమంది కుర్రాళ్ళకి భోజనం పెట్టేవాణ్ణి. అంతే" అన్నాడు వెంకటచలం.

యుగంధర్ నిట్టూర్పు వదిలి "పోనీ అతనెవరో చెప్పండి" అన్నాడు.

"ఎవరని చెప్పగలను! ఇప్పుడు కూడా మా యింటికి వారాలకి వస్తున్న విద్యార్థులున్నారు. రోజూ ఒక బీదవిద్యార్థికి యింట్లో అన్నం పెడుతున్నాం. ఇలా ముప్ఫయి సంవత్సరాలనించీ సాగుతోంది. కొంత మందికి ఏడాది, కొంతమందికి రెండేళ్ళు పెట్టాను. వాళ్ళందరి పేర్లు జ్ఞాపకం లేవు."

"మీ అమ్మాయి వివాహానికి నెలరోజుల పూర్వం మీ యింట్లో వారాలు చేసుకున్న విద్యార్థుల పేర్లు జ్ఞాపకం వున్నాయా?"

"లేవు. 20 ఏళ్ళ క్రితం విషయం. ఆ కుర్రాళ్ళు ఎవరో ఎలా జ్ఞాపకం వుంటుంది?"

యుగంధర్ రెండు నిమిషాలు మౌనంగా వుండి "అసలు విషయం తెలిస్తే ఎవరో చెప్పగలరేమో!" అంటూ సీతకి అతనెవరో రాసిన రెండు ఉత్తరాలూ వెంకటచలానికి ఇచ్చాడు.

ఆ రెండు ఉత్తరాలూ చదివి "క్షమించాలి. జ్ఞాపకం రావడంలేదు" అన్నాడు.

"మీ ఆవిడకి జ్ఞాపకం వున్నదేమో! మీరు చూడనిది ఆమె చూసి వుండవచ్చు."

"అంటే సీత అతనితో చనువుగా ఉండడమా! చూసి వుంటే నాకు చెప్పేదే. అయినా అడుగుతాను" అని లోపలికి వెళ్ళి అయిదు నిమిషాల తర్వాత తిరిగి వచ్చి "ప్రయోజనం లేదు. ఆమెకీ ఏమీ జ్ఞాపకం లేదు" అన్నాడు.

యుగంధర్ లేచి నిలబడి "ఇంకొక ప్రశ్న" అన్నాడు.

"అడగండి"

"అ ప్రాక్టికల్ జోకర్‌కి భయపడి మీరు నిజంచెప్పడం లేదా?"

"అంటే?"

"రేవతి తన బందీగా వున్నదనీ, మీరు తనని గురించి నాతో ఏమైనా చెపితే రేవతి ప్రాణానికి హాని కలుగుతుందనీ ప్రాక్టికల్ జోకర్ మిమ్మల్ని బెదిరించడం వల్ల మీరు నిజం దాస్తున్నారా?" అడిగాడు యుగంధర్.

వెంకటచలం మొహం పాలిపోయింది. బిత్తరచూపులు చూస్తూ "అటువంటి దేమీ లేదు" అన్నాడు.

యుగంధర్ వెంకటచలం యింటినుంచి తిన్నగా తను బస చేసిన హోటలికి వెళ్ళాడు. వెంకటచలం నిజం దాస్తున్నాడో లేదో తెలుసుకోవడం కష్టం. రేవతికి హాని కలుగుతుందనే భయం వల్ల వెంకటచలం, అతని భార్యా ప్రాక్టికల్ జోకర్‌కి రక్షణ యిచ్చివుంటే అతన్ని పట్టుకోవడం కష్టం.

సీతకి వుత్తరాలు రాసిన అతనికీ, ప్రాక్టికల్ జోకర్‌కీ ఎటువంటి సంబంధమూ లేదా! నిజంగానే వెంకటచలానికీ, అతని భార్యకీ ప్రాక్టికల్ జోకర్ ఎవరో తెలియదా?

వెంకటచలం దాస్తున్నంత మాత్రాన తెలుసుకోవడం అసంభవమా! ఎందుకు అసంభవం! అప్పుడు వెంకటచలం, అతని భార్య సీత, ప్రాక్టికల్ జోకర్ మాత్రమే ఈ ఊళ్ళో లేరుగా! మిగతా వాళ్ళంతా ఏమైనారు! వాళ్ళకి కళ్ళు, చెవులు లేవా! కనుక్కోవాలి.

హోటల్నించి బయలుదేరాడు యుగంధర్. వెంకటచలం యిల్లున్న వీధిలోకి వెళ్ళాడు. ఒక యింటి దగ్గిర ఆగి వసారాలో పడకకుర్చీలో కూర్చున్న ముసలాయనని చూసి "మీరు యీ వూళ్ళో ఎంత కాలంనించీ వుంటున్నారు?" అడిగాడు.

ఆ ముసలాయన అనుమానంగా యుగంధర్ని చూసి "మీకు ఎందుకు?" అడిగాడు.

"ఇరవైఏళ్ళ క్రితం యీ వీధిలో వున్న ఒక మనిషి కోసం వెతుకుతున్నాను."

"అయితే నేను ఏమీ చెప్పలేను. నేను యీ వూరికి వచ్చి ఆరేళ్ళే అయింది. అదుగో! ఆ ఎర్రడాబా యింట్లో వెంకటచలంగారు అనే ఆయన వుంటున్నారు. ఆయన చాలాకాలంనుంచీ యీ వూళ్ళోనే, యీ వీధిలోనే, ఆ యింట్లోనే వుంటున్నారు. ఆయన్ని అడగండి."

"ఆయన్ని అడిగాను. నా దురదృష్టం... ఆయనకి జ్ఞాపకం లేదు."

ఆ ముసలాయన అనుమానంతో "ఎవరికోసం వెతుకుతున్నారు? దేనికి?" అడిగాడు.

"ఎవరికోసం అంటే పేరు చెప్పలేను. అదే చిక్కు. ఇరవైఏళ్ళ క్రితం ఈ వీధిలో ఒక విద్యార్థి వుండేవాడు. అతని దూరపు బంధువులు ఒకరు చనిపోయి రెండు లక్షల రూపాయల ఆస్తి అతనికిచ్చాడు. అందుకని వెతుకుతున్నాను. నేను లాయర్ గుమస్తాని" అన్నాడు యుగంధర్.

"పేరు తెలియని వాడికి, అంత ఆస్తి ఎలా ఇచ్చాడు?"

"అతని చెల్లెలు కొడుకుట... చిన్నప్పుడే మలయా వెళ్ళిపోయాడుట. చెల్లెలికి కొడుకు పుట్టాడని తెలుసు. కాని, పేరేమిటో, ఎక్కడున్నాడో తెలియదు" చెప్పాడు యుగంధర్.

"వెంకటచలంగారింటికి ఎదురింట్లో వుంటున్న మాణిక్యంగార్ని అడగండి ఆయనా చాలాకాలం నించీ ఈ వీధిలోనే వుంటున్నారు" అన్నాడా ముసలాయన.

యుగంధర్ ఫెల్టుహేట్ ముందుకి లాక్కుని చరచర నడిచాడు. వెంకటచలానికి కనిపించకుండా మాణిక్యం యింట్లోకి వెళ్ళాలి. యుగంధర్ అదృష్టం వల్ల వెంకటచలం గుమ్మం దగ్గిర లేడు. మాణిక్యం యింటికి వసారా లేదు. తలుపు మూసి వుంది. తలుపు తట్టగానే ఓ వృద్ధుడు తలుపు తెరిచాడు.

"మాణిక్యంగారు తమరేనా?" అడిగాడు యుగంధర్.

"అవును."

"మీ సహాయం కోరి వచ్చాను."

"రండి" అన్నాడు మాణిక్యం.

తలుపు అవతలగా వున్న కుర్చీలో కూర్చున్నాడు యుగంధర్.

"మీరు ఈ వీధిలో ఎంతకాలంనించి వుంటున్నారు?"

"చాలాకాలంగా. ముప్ఫయి నాలుగేళ్ళనించీ."

"అయితే నాకు మీరు తప్పకుండా సహాయం చెయ్యగలరు. నా పేరు యుగంధర్."

"యుగంధర్! డిటెక్టివ్ యుగంధరా?"

యుగంధర్ తలవూపాడు.

మాణిక్యం ఆదుర్దాగా "నాతో మీకేం పని వచ్చింది?" అడిగాడు.

"మీ సహాయం అవసరమైంది. అదేమిటో చెప్పేముందు మీరు నాకు ఒక మాట యివ్వాలి."

"ఏమిటది?"

"మీకు నాతో సహకరించడం ఇష్టం వున్నా లేకపోయినా నేను యిలా మిమ్మల్ని అడిగినట్లు ఎవరితోనూ చెప్పకూడదు. అంతే."

"సరే!"

"మీ ఎదురింట్లో వున్న వెంకటచలంగారితో మీకు బాగా పరిచయం వుంది కదూ?"

"ఆఁ!"

"ఇరవై ఏళ్ళక్రితం... అంటే ఆయన కుమార్తె సీతకి వివాహం కాక పూర్వం విషయం యిది. ఆయన యింట్లో వారాలు చేసుకున్న ఒక కుర్రాడి గురించి వివరాలు కావాలి."

"ఎవరా కుర్రాడు? ఆయన యింట్లో ఎప్పుడూ ఎవరో ఒక విద్యార్థి వారాలకి వస్తూనే వుంటాడు."

"ఆ కుర్రాడి పేరు నాకు తెలియదు. ఆ కుర్రాడి ఆనవాలూ చెప్పలేను. ఆ కుర్రాడి గురించి నాకేమీ తెలియదు. నాకు తెలిసిందల్లా అతనెవరో సీతని ప్రేమించాడనీ, వాళ్ళిద్దరు చాలా అన్యోన్యంగా వుండేవాళ్ళనీ. అంతే."

మాణిక్యం చిన్నగా నవ్వి "అతని పేరు..." అని క్షణం కళ్ళు మూసుకుని "విద్యాసాగర్. ఏం చేశాడేమిటి" అడిగాడు.

"విద్యాసాగరేనని మీకెట్లా తెలుసు?" అడిగాడు యుగంధర్.

"సీత అతనితో మరీ చనువుగా వుండడం ఒకరోజున నేనే చూశాను. పెళ్ళికాని పిల్ల... నాకూ కూతుళ్ళు వున్నారు. వెంకటచలానికి, అతని భార్యకీ తెలియదేమోననుకుని మా ఆవిడను వెంకటచలం భార్యకి చెప్పమన్నాను. వాళ్ళు వెంటనే సీతకి పెళ్ళి చేసేశారు" అన్నాడు మాణిక్యం.

"సీత, విద్యాసాగర్ ప్రేమించుకుని వుంటే వాళ్ళిద్దరికీ వివాహం చెయ్యక వేరే సంబంధం ఎందుకు తెచ్చారు వెంకటచలంగారు?"

"వాళ్ళు ప్రేమించుకున్నారో, లేక తోచక ప్రేమకలాపం ప్రారంభించారో ఎవరికి తెలుసు! ఆ రోజుల్లో కులం పట్టింపులు ఎక్కువ. వెంకటచలంగారు చాలా ఆచారపరులు. విద్యాసాగర్‌కి సీతని యిచ్చి పెళ్ళి చేసే ఆలోచన లేనేలేదు."

"విద్యాసాగర్‌ని వెంకటచలంగారు కోప్పడడం కానీ, యింటికి రావద్దని అనడం కానీ జరిగిందా?"

"వెంకటచలంగారు అటువంటి పొరపాటు చెయ్యలేదు. చేస్తే యిద్దరూ మొండికెయ్యడం జరిగేది. వాళ్ళ విషయం తనకేమీ తెలియనట్లు పెళ్ళి సంబంధం నిశ్చయం చేశారు కూతురికి. విద్యాసాగర్ కానీ, సీతకానీ ఏమీ మాట్లాడలేదు. ఏ రభసా లేకుండా పెళ్ళి అయిపోయింది. వెంకటచలం గారింట్లో వారాలు చేసుకునే కుర్రాళ్ళందరితోపాటు అతనూ చాకిరీ చేశాడు."

"పెళ్లి అయిన తర్వాత విద్యాసాగర్ గొడవ చేశాడా?"

"లేదు. మూడునెలల తర్వాత వెంకటచలంగారి యింటికి రావడం మానేశాడు. చదువు మానేశాననీ, ఉద్యోగం కోసం వెతుకుతున్నాననీ చెప్పాడు అందరికీ."

"విద్యాసాగర్ ఈ వూళ్ళోనే వున్నాడా తర్వాత?"

"నాకు తెలియదు... ఈ వీధికి రాలేదు. నాకు ఎప్పుడూ బజార్లో కూడా కనపడలేదు."

"విద్యాసాగర్‌ని వర్ణించి చెప్పగలరా?"

"క్షమించాలి. అంత బాగా జ్ఞాపకంలేదు. అతని ఫోటో కావాలంటే దొరుకుతుందనుకుంటాను."

యుగంధర్ ఆశ్చర్యంతో "ఎక్కడ దొరుకుతుంది?" అడిగాడు.

"మున్సిపల్ స్కూల్లో చదువుకున్నాడు విద్యాసాగర్. స్కూలు ఫైనల్ స్టూడెంట్స్ సామాన్యంగా గ్రూపుఫోటో తీసుకుంటారు. గ్రూపు ఫోటో ఒకటి స్కూల్లో వుంటుంది" చెప్పాడు మాణిక్యం.

"చాలా థాంక్స్! వస్తాను" అని లేచాడు యుగంధర్.

"ఇన్ని ప్రశ్నలు మీరు అడిగితే నేను ఓపికగా సమాధానాలు చెప్పాను. దయచేసి నేను అడిగే ప్రశ్నకి జవాబు చెప్పండి. విద్యాసాగర్ ఏం చేశాడు?" అడిగాడు మాణిక్యం.

"హత్య. సీతని..." అని చెప్పి యుగంధర్ వెళ్ళిపోయాడు.

✣ ✣ ✣

"లైబ్రరీ హాల్లో తగిలించి వున్నాయి. అన్నీ తెప్పించమంటారా?" అడిగాడు మున్సిపల్ స్కూలు హెడ్‌మాస్టర్.

"అవసరం లేదు. నేనే వెళ్ళి చూస్తాను" అని లైబ్రరీ హాలులోకి వెళ్ళాడు యుగంధర్.

గత యాభయి ఏళ్ళుగా ప్రతి ఏడూ స్కూల్లో చదువుకుని వెళ్ళిపోతున్న విద్యార్థుల గ్రూపు ఫోటోలు గోడకి తగిలించి వున్నాయి. ఏ సంవత్సరం ప్రాంతాల విద్యాసాగర్ ఆ స్కూల్లో చదివాడో యుగంధర్ వూహించి ఆ ఒకటి రెండు సంవత్సరాల తాలూకు గ్రూపు ఫోటోలదగ్గిర ఆగాడు.

"తీసి ఇయ్యనా సార్?" అడిగాడు ప్యూన్.

"అవసరం లేదు. ఆ నిచ్చెన ఇలా లాగు. నేనే ఎక్కి చూస్తాను" అన్నాడు యుగంధర్.

నిచ్చెన ఎక్కాడు. మూడు గ్రూపు ఫోటోలని పరీక్షగా చూశాడు. కింద వున్న పేర్లు చదివాడు. విద్యాసాగర్ పేరు ఎందులోనూ లేదు. ఒక సంవత్సరం గ్రూపుఫోటో మాత్రం లేదు అక్కడ. యుగంధర్ నిచ్చెన దిగి, మళ్ళీ హెడ్‌మాస్టరు గదిలోకి వెళ్ళి ఆ ఫోటో లేదని చెప్పాడు.

"ఎలా పోయింది! వాట్ యీజ్ దిస్!" అని హెడ్‌మాస్టారు బెల్ నొక్కాడు.

"ఆ విద్యాసాగరే ఆ ఫోటోని తీసుకుపోయి వుంటాడని నా అనుమానం. పోనీలెండి. ఆ సంవత్సరం మీ స్కూల్లో విద్యాసాగర్‌తో చదువుకున్న

విద్యార్థులలో ఏ ఒక్కరి పేరు అయినా సరే చెప్పి అతను ఎక్కడున్నదీ చెప్పగలరా?" అడిగాడు యుగంధర్.

"చెప్పడానికి కొంత వ్యవధి కావలసి వుంటుంది. ఓల్డ్ బాయిస్ గురించిన రికార్డు వుంది. అది లైబ్రేరియన్‌వద్ద వుంది. ఈవేళ లైబ్రేరియన్ శెలవుమీద వున్నాడు. రేపు వస్తే చెపుతాను" అన్నాడు హెడ్‌మాస్టరు.

యుగంధర్ ఆయనకి ధన్యవాదాలు చెప్పి తను బసచేసిన హోటలుకి వెళ్ళాడు. గుమ్మం దగ్గిరే హోటలు గుమాస్తా యుగంధర్నిచూసి "సార్! మీకు టెలిగ్రాం వచ్చింది" అంటూ టెలిగ్రాం ఇచ్చాడు.

యుగంధర్ టెలిగ్రాం తీసుకున్నాడు.

"రేవతి ఫౌండ్. ప్రాక్టికల్ జోకర్ కాట్! రాజు సీరియస్. స్టార్ట్. స్వరాజ్యరావు" టెలిగ్రాం ఎన్నిగంటలకి వచ్చిందీ టైం చూశాడు. చాలా సేపయింది వచ్చి. రాజే పట్టుకుని వుండాలి. అంటే రాజు ప్రాక్టికల్ జోకర్‌తో కలియబడి వుండాలి. లేదా అతన్ని పట్టుకోడానికి వెళ్ళినప్పుడు ప్రాక్టికల్ జోకర్ రాజుని పిస్తోలుతో కాల్చో, కత్తితో పొడిచో వుండాలి.

"మద్రాసు పోలీస్ హెడ్‌క్వార్టర్సుకి ట్రంక్‌కాల్ బుక్‌చేసి కాల్ రాగానే నా గదికి కనెక్టు చెయ్యండి" అనిచెప్పి యుగంధర్ మెట్లు ఎక్కాడు. గది తాళం తీశాడు. చీకటిగా వుంది. దీపం వేద్దామని స్విచ్‌మీద చెయ్యి వెయ్యబోయాడు.

"తలుపు మూసి, చేతులు రెండూ పైకెత్తి పెట్టి, గదిమధ్య నిలబడు యుగంధర్!" అన్న హెచ్చరిక వినపడ్డది.

"ఎక్కడినించి వచ్చాయి ఆ మాటలు! తాళం వేసి వున్న గదిలోకి ఎవరు వచ్చారు! ఎలా వచ్చారు! ఎవరా మనిషి! తనని ఎందుకు చేతులు ఎత్తమంటున్నాడు! ప్రాక్టికల్ జోకర్ అయితే తనకి వచ్చిన టెలిగ్రాంకి అర్థం ఏమిటి?

యుగంధర్ రెండుచేతులూ పైకెత్తి "ఎవరు నువ్వు?" అడిగాడు.

"ప్రాక్టికల్ జోకర్ని, విద్యాసాగర్ని" చిన్ననవ్వు.

విచిత్రం. మొగాడి గొంతులా లేదు.

"నువ్వు విద్యాసాగర్‌వి కావు. చీర కుచ్చెళ్ళు కనిపిస్తున్నాయి. చేతిగాజులు మెరుస్తున్నాయి" అన్నాడు యుగంధర్.

"కానా! విద్యాసాగర్‌ని కానా! అయితే ప్రాక్టికల్ జోకర్‌నీ కానా! మరి ఎవర్ని? పోనీ రేవతిని అనుకోరాదూ?"

తనమీద ఇనపగుండు పడినట్లయింది యుగంధర్‌కి. తల తిరిగిపోయింది. కింద పడిపోతున్నాడు. స్పృహ పోయేముందు అతనికి వినిపించింది నవ్వు... ఒక ఆడదాని నవ్వు!

✤ ✤ ✤

చెవుల్లో రింగుమని ఏదో మోగుతున్నట్లయి యుగంధర్ కళ్ళు తెరిచాడు. గదిచీకటిగా వుంది. తను ఎక్కడ వున్నదీ ఏమైనదీ తెలుసుకునేందుకు నిమిషం పట్టింది. అవును. ఎవరో తనని తలమీద కొట్టారు. తనకి స్పృహ పోయింది. తను హోటల్ గదిలోనే వున్నాడు. మోగుతున్నది టెలిఫోన్ బెల్.

ఇటునుంచి అటు కదిలాడు యుగంధర్.

"యుగంధర్! రిసీవరు తియ్యి. నీ కుడిచేతి పక్కన వున్నది టెలిఫోన్. ఆ కాల్ నీ స్నేహితుడైన ఇన్‌స్పెక్టర్ నుంచో, నీ అసిస్టెంటు రాజునించో అయితే ఏదో కారణం చెప్పి, రేవతి కోసం వెతకడం మానెయ్యమను. మోసం చెయ్యడానికి ప్రయత్నించావా నీ ప్రాణం ఇప్పుడే ఎగిరిపోతుంది. నా చేతిలో పిస్తోలు వున్నది" అన్న మాటలు వినిపించాయి. యుగంధర్ అటు కళ్ళు చిట్లించి చూశాడు. చీకటి, కటిక చీకటి. ఏమీ కన్పించడం లేదు. ఆడదాని గొంతు. తనకి స్పృహ పోయేముందు చీరకుచ్చెళ్ళు కూడా చూశాడు. ఒక ఆడది తన తలమీద అంత దెబ్బ కొట్టిందా!

రిసీవరు తీశాడు.

"మీకు ట్రంక్‌కాల్ సార్! మద్రాసు పోలీస్ హెడ్‌క్వార్టర్స్" అని ఆపరేటర్ చెప్పింది.

"యస్! యుగంధర్ స్పీకింగ్" అన్నాడు.

మెడమీద చల్లగా ఏదో తగిలింది యుగంధర్‌కి.

"భయపడక. ఇది పిస్తోలు" చెవిలో హెచ్చరిక.

"యుగంధర్‌గారా! నేను స్వరాజ్యరావుని. ఎందుకు ట్రంక్‌కాల్ చేశారు?" అడిగాడు స్వరాజ్యరావు.

యుగంధర్ మెడమీద ఇంకా గట్టిగా తగిలింది పిస్తోలు.

"రేవతి గురించి మీకేమైనా తెలిసిందా?"

"లేదు. మీ దర్యాప్తు ఏమీ ఫలించలేదా?"

"ఇంతవరకు కొన్ని విషయాలు తెలిశాయి!" అంటూ తల పక్కకి తిప్పి తన తల వెనక నిలుచున్న మనిషిని ఎడంచేతితో ఒకతోపు తోశాడు. అది ప్రమాదం అనీ, ఆ మనిషి పిస్తోలు పేల్చవచ్చునీ తెలియకపోలేదు. తల తిప్పేశాడు కనుక పిస్తోలు పేలినా గుండు ఏ చేతిలోకో పోవచ్చునని రిస్కు తీసుకున్నాడు.

ఆ మనిషి ఆ తోపుకి వెనక్కి పడ్డట్టు చప్పుడు వల్ల గ్రహించి, యుగంధర్ ఒక్క వురుకు వురికి ఆ మనిషిని రెండు చేతులతో నేలకేసి నొక్కిపెట్టాడు.

"ఏయ్! నన్ను వొదులు! చంపేస్తాను, నరికేస్తాను."

"నీ చేతిలో పిస్తోలు పడిపోయిందిగా!" అన్నాడు యుగంధర్.

"కరుస్తాను" వెక్కి వెక్కి ఏడుస్తోంది.

యుగంధర్ వొంగి ఆమెని రెండు చేతుల్తో పట్టుకున్నాడు. ఆమె గిలగిల్లాడటం లేదు. గింజుకోవడం లేదు. ఏడుస్తోంది. ఆమెని ఎత్తుకుని ఎలక్ట్రిక్ దీపం స్విచ్ వద్దకు వెళ్ళి స్విచ్ నొక్కాడు. దీపం వెలిగింది.

తన చేతుల్లో వున్న ఆమె వైపే చూశాడు.

ఆశ్చర్యంతో ఆమెవైపే చూస్తున్నాడు యుగంధర్. "ఎవరు నువ్వు... నీ పేరేమిటి?" అడిగాడు.

ఆమె జవాబు చెప్పకుండా ఏడుస్తోంది.

ఆమెని కుర్చీలో కూర్చోబెట్టి, ఆమెకి ఎదురుగా నిలబడి యుగంధర్ ఆమెని పరీక్షగా చూస్తున్నాడు.

ఒక మహాశిల్పి తన జీవితకాలమంతా దీక్షతో చెక్కినట్లున్న గొప్ప అందం ఆమెది. కళ్ళు, పెదిమలు, చెంపలు, కనుబొమ్మలు, చేతులు, గెడ్డం అన్నీ కలిసి ఎంతో అందం ఒలకబోస్తున్నాయి. గులాబీ రంగు వొళ్ళు, నల్లని నొక్కుల జుట్టు, మోకాళ్ళవరకూ వుంది జడ. నేలమీద పడివున్న పిస్తోలు తీశాడు యుగంధర్. చేతిలో పట్టుకుని, బరువు చూసి తెరిచి చూశాడు. తూటాలు లేవు.

విచిత్రం! తూటాలు లేని పిస్తోలుతో తనని బెదిరించడానికి ఎందుకు వచ్చింది? “ఎవరమ్మా నువ్వు? ఎందుకు ఇలా వచ్చావు?” అడిగాడు దయగా.

ఆమె జవాబు చెప్పలేదు. ఏడుస్తోంది. కళ్ళు మూసుకుని ఏడుస్తోంది.

“అలా ఏడ్చి ఏం ప్రయోజనం చెప్పు! నువ్వు ఎవరివి? నీ పేరేమిటి?”

రెండు నిమిషాల తరవాత ఆమె కళ్ళు తెరిచింది. చటుక్కున లేచి నిలబడి “ఎవరు నువ్వు? నీవిక్కడికి ఎలా వచ్చావు?” అడిగింది కోపంగా.

“ఇదేం నాటకం! నేనూ అవే ప్రశ్నలు అడిగాను” అన్నాడు యుగంధర్.

“నన్ను ఎలా ఎత్తుకువచ్చావు? నా భర్తకి తెలిస్తే నిన్ను నరికేస్తాడు. ఎందుకు? నా నగలు దొంగిలించడానికా?” అడిగింది.

“అమ్మా! అలా కూర్చో. నీ ప్రవర్తన విచిత్రంగా వుంది. నువ్వు అడిగిన ప్రశ్నలకి జవాబులు చెపుతాను. తర్వాతనైనా నా ప్రశ్నలకి జవాబులు చెప్పు. నా పేరు యుగంధర్. ఇది హోటలులో ఒక గది. ఈ గదిలో నేను వుంటున్నాను. నేను పనిమీద బయటికి వెళ్ళి, తిరిగివచ్చి, తలుపు తాళం తీసి, లోపలికి వచ్చి దీపం వెలిగించుతుండగా ఈ పిస్తోలుతో నన్ను బెదిరించి నా తలమీద కొట్టావు. నేను పడిపోయాను. నువ్వు విద్యాసాగర్ అనే మనిషివని చెప్పావు. తరవాత రేవతినని చెప్పావు. తర్వాత నాకు ట్రంక్‌కాల్ వచ్చింది. అప్పుడు ఉపాయంగా నీ చేతిలోని పిస్తోలు ఎగరగొట్టి, నిన్ను పట్టుకున్నాను. ఇప్పుడు చెప్పు” అన్నాడు యుగంధర్.

“మీరు చెపుతున్నదంతా నిజమా?” అడిగింది ఆమె నీరసంగా.

“అవును. నేను డిటెక్టివ్ యుగంధర్‌నని ఇప్పుడే రుజువు చేస్తాను” అని యుగంధర్ తన పెట్టెలోంచి కొన్ని కాగితాలు, కార్డులు తీసి ఆమెకి ఇచ్చాడు. ఆమె వాటిని చూసి పక్కన వున్న బల్లమీద పెట్టింది.

“నిజమే. మీరు డిటెక్టివ్ యుగంధరే. నేను ఇప్పుడు ఏం చెయ్యను! నా భర్తకి తెలిస్తే... అమ్మో! ఇంకేమైనా వుందా!” అని ఏడుస్తోంది.

“ప్లీజ్! అలా ఏడవవద్దు. అసలు ఏం జరిగిందీ, మీ పేరు, మీ భర్తపేరు చెప్పండి.”

“నా భర్తపేరు రామకృష్ణ. నా పేరు యశోద. ఆయన ఆర్ట్సు కాలేజీలో హిస్టరీ ప్రొఫెసర్.”

"థాంక్ యూ! మీరు యీ గదిలోకి ఎలా వచ్చారు?"

"నాకు తెలియదు." అన్నది ఆమె బెదురుతూ.

"పోనీ, మీకు జ్ఞాపకమున్న ఆఖరి విషయం ఏమిటి?" అడిగాడు యుగంధర్.

"అంటే?" అడిగింది ఆమె.

"మీరు ఇంటినుంచి ఎప్పుడు బయలుదేరారు? ఎక్కడికి బయలుదేరారు?"

యశోద ఆలోచిస్తోంది.

"అమ్మా! నిర్భయంగా మీరు నాకు చెప్పవచ్చు. నేను ఎవరికీ చెప్పను" అని ధైర్యం చెప్పాడు యుగంధర్.

"నాకు వివాహమై ఏడేళ్ళయింది. సంతానం లేదు. చాలామంది డాక్టర్లని చూశాను. దేవుళ్ళకి మొక్కుకున్నాను. ప్రయోజనం లేకపోయింది. నాలుగు రోజుల క్రితం ఒక స్త్రీ నాకు టెలిఫోన్ చేసింది. ఎవరో ఒక స్వామి వచ్చారనీ, ఆయన దర్శనం చేసుకుని ఆయన ఇచ్చిన విభూతి నాలికమీద వేసుకుంటే సంతానం కలుగుతుందనీ, ఆయన వున్నచోటు చెప్పింది. వెంటనే బయలుదేరి వెళ్ళాను. తలుపు తట్టి ఫలానా స్వామి ఉన్నారా అని అడిగాను. రమ్మని లోపలికి పిలిచాడు ఒకతను. చాప పరిచి వుంది గదిలో. కూర్చోమన్నాడు. నా ముందు కూర్చుని తనే స్వామినని చెప్పాడు. మనిషి విచిత్రంగా వున్నాడు. క్రాఫింగ్ జుట్టు, గూడకట్టు పంచ, సిల్కు షర్టు. సిగిరెట్ తాగుతున్నాడు. నున్నగా గీసుకున్న గెడ్డం. విచిత్రమేమిటంటే, అతని వయసు ఊహించలేను. పాతికేళ్ళు వుండవచ్చు, నలభయి ఏళ్ళు వుండవచ్చు. విభూతి ఇస్తాననీ, కొన్ని ప్రశ్నలు అడగాలనీ అన్నాడు. నాకు అక్కడ కూర్చోవాలని బుద్ధిపుట్టలేదు. మనిషి మంచివాడిలా కన్పించలేదు. ఇల్లు తెలుసుకోవడానికి వచ్చాననీ, నా భర్తతో తర్వాత మళ్ళీ వస్తాననీ చెప్పి లేవబోయాను. అతను నవ్వి "నన్ను చూసి భయపడుతున్నావా! కూర్చో" అన్నాడు నా కళ్ళలోకి చూసి. ఎవరో నన్ను భుజాలు పట్టుకుని కిందికి తోసినట్లయింది. కూర్చున్నాను. నా గురించీ, నా భర్తని గురించి చాలా ప్రశ్నలు అడిగాడు. జవాబులు చెప్పాను. తర్వాత నన్ను రెండు అరిచేతులూ చూపించమన్నాడు. చూపించాను. కుడిచెయ్యి తీసి నా తలమీద పెట్టి, ఎడంచేతి బొటనవేలూ, చూపుడువేలూ కలిపి

నొక్కాడు. అతని వేళ్ళ మధ్యనించి విభూతి రాలి, నా అరిచేతిలో పడింది. ఆశ్చర్యపోయాను. ఎక్కణ్నించి వచ్చిందా విభూతి! "భగవంతుడు ఇచ్చాడమ్మా ఈ విభూతి. నోట్లో వేసుకో. మళ్ళీ సాయంకాలం రా" అన్నాడు నా కళ్ళల్లోకి చూసి.

నేను తల వూపాను.

"ఇంటికి వెళ్ళు. సాయంకాలం రావాలి. నువ్వు వచ్చి తీర్తావు. ఎవరికీ చెప్పకుండా రహస్యంగా రా" అన్నాడు. అతను మాట్లాడుతుంటే నా చెవిలో ఏదో రహస్యంగా మాట్లాడుతున్నట్లయింది. నేను యింటికి వెళ్ళాను. అతను మంచివాడు కాడనీ, అతని దగ్గిరికి మళ్ళీ వెళ్ళకూడదనీ నిశ్చయించుకున్నాను. కాని సాయంకాలం అవుతుంటే ఎవరో నన్ను తొందర చేస్తున్నట్లయింది. 'బయలుదేరు! బయలుదేరి వెళ్ళాలి' అని నా చెవిలో ఎవరో గొడవ చేస్తున్నారు. బలవత్తరమైన, అగోచరమైన శక్తి నన్ను యీడుస్తున్నట్లయింది. వెళ్ళాను" అన్నది నిట్టూరుస్తూ.

"తరవాత!" అడిగాడు యుగంధర్.

"నా కోసం కాచుకున్నట్లు నేను వెళ్ళగానే తలుపు తీశాడు. చాపమీద కూర్చోమన్నాడు. అతని సమక్షంలోకి వెళ్ళిన మరుక్షణంనించీ నా వ్యక్తిత్వం పోయినట్లు, నేను అతనికి బానిస అయిపోయినట్లు ఏదో ఆందోళన కలిగింది. 'నీకు నిద్ర వస్తోంది. హాయిగా, సుఖంగా, శాంతిగా నిద్రపో! నిద్రపో! నిద్రపో!' అన్నాడు నా కళ్ళవేపు చూస్తూ, తన అరిచేతిని నా కళ్ళముందు ఆడిస్తూ. మత్తుమందు యిచ్చినట్టయింది నాకు. ఏం జరుగుతున్నదీ నాకు తెలియదు. నిద్ర వస్తోంది. నిద్రపోకూడదు. ఎక్కడో పరాయి మొగాడి యింట్లో నిద్రపోవడం ఏమిటి! నిద్రపోకూడదు అనుకుంటున్నాను.

'నీ శీలానికి ఎటువంటి అపచారం జరగదు. నీకు ఎటువంటి హానీ జరగదు. నీకు మంచే జరుగుతుంది. హాయిగా నిద్రపో! నిద్రపో! నిద్రపో!' అంటున్నాడు. నాకు నిద్ర వచ్చేసింది అనుకుంటాను. నిద్రపోయి వుండాలి.

"తర్వాత?" అడిగాడు యుగంధర్.

"తర్వాత నాకేమీ తెలియదు... ఈ గదిలో మీరు నన్ను ఏడవవద్దని చెప్పడం తప్ప."

"ఈ హోటలికి రావడం, పిస్తోలుతో నన్ను బెదిరించడం అవేమీ తెలియదా?"

"తెలియదు" అన్నదామె. క్షణం తర్వాత "మీరు నమ్మకపోవచ్చు. కాని యిది నిజం" అన్నది.

"ఎందుకు నమ్మను! నమ్ముతాను. అమ్మా! యశోదా! నువ్వు చూసిన స్వాములవారు హిప్నాటిస్టు. నిన్ను అతను తన హిప్నాటిక్ స్పెల్‌లో పడేసి, నీ శరీరాన్నీ, నీ మనస్సునీ తన స్వాధీనం చేసుకున్నాడు. ఆ తర్వాత అతను ఏం చేయమంటే అది నీకు తెలియకుండానే చేశావు. అంతే."

యశోద మొహం పాలిపోయింది. "ఏం చెయ్యమన్నా అంటే?" అడిగింది.

"భయపడక. హిప్నాటిస్టు నీ అంతఃకరణకి విరుద్ధంగా, అంటే ఇది చెడ్డపని అని నువ్వు అనుకునే ఏ చెడ్డపనీ నీచేత చేయించలేడు" అన్నాడు యుగంధర్.

"థాంక్స్! వెరీ మెనీ థాంక్స్. అలా ధైర్యం చెప్పినందుకు" అన్నదామె.

"యశోదగారూ! మీరు యింటికి వెళ్ళవచ్చు. అతను హిప్నాటిస్టు అని మీకు యిప్పుడు తెలుసు కనుక, అతనికేవో శక్తులున్నాయని మీరు యిప్పుడు అనుకోవడం లేదు. కనుక యిక అతను మిమ్మల్ని సులభంగా లొంగదీసుకో లేడు. అతను మళ్ళీ మీ జోలికి రాడని నా నమ్మకం. అతను ఎక్కడున్నదీ మీరు చెప్పగలిగితే సంతోషిస్తాను" అన్నాడు.

యశోద చెప్పింది.

"పదండి! మిమ్మల్ని యింటిదగ్గిర దింపి వెళతాను."

"ఒద్దు. అవసరం లేదు. నేనే వెళతాను."

"సరే..."

ఆమె లేచి యుగంధర్‌కి మళ్ళీ థాంక్స్ చెప్పి వెళ్ళిపోయింది.

ఆమె నిజమే చెప్పిందా! నిజంగా ఆమె ప్రొఫెసర్ భార్యేనా! స్వాములవారు అని పిలవబడే మనిషి విద్యాసాగర్ అయ్యుండవచ్చు. అతను ఆమెని కలుసుకుంటాడా!

యుగంధర్ ఆమె వెనకే బయలుదేరి ఆమెని వెంటాడుతూ వెళ్ళాడు.

అరఫర్లాంగు నడిచిన తర్వాత ఆమె సైకిల్ రిక్షా ఎక్కింది. ఇంకో సైకిల్ రిక్షా ఎక్కి యుగంధర్ ఆమెని వెంబడించాడు. ఆమె ఒక ఇంటిముందు దిగి, రిక్షా అతనికి డబ్బులు ఇచ్చి లోపలికి వెళ్ళిపోయింది. యుగంధర్ కూడా రిక్షా దిగి ఆ ఇంటిముందునించి నెమ్మదిగా నడిచాడు.

"డి.రామకృష్ణ, ప్రొఫెసర్" అని బోర్డున్నది గేటుకి.

యశోద అబద్ధం చెప్పలేదు. యుగంధర్ వెనక్కి తిరిగాడు. ఆ స్వాముల వారు వున్న ఇంటికోసం బయలుదేరాడు. సులభంగానే కనుక్కున్నాడు.

"ఎవరు కావాలి?" అడిగాడు గుమ్మం దగ్గిర నిలుచున్న ఓ పెద్దమనిషి యుగంధర్ని.

"ఇక్కడ ఎక్కడో ఓ స్వాములవారు వున్నారుట. ఆయన్ని చూడాలి."

"ఆయనా! ఆ గదిలో వుంటాడు" అన్నాడు ఆ పెద్దమనిషి వసారాకి కుడివైపున వున్న తలుపు చూపించి.

"థాంక్స్!" అని యుగంధర్ ఆ తలుపు దగ్గిరికి వెళ్ళి నెమ్మదిగా తలుపు తట్టాడు. ఎవరూ పలకలేదు. తోశాడు. తెరుచుకున్నది. గదిలో ఎవరూ లేరు. ఖాళీగా వుంది. గదిమధ్య ఒక తెల్లకవరు వుండడం గమనించి గదిలోకి వెళ్ళాడు.

"డిటెక్టివ్ యుగంధర్గారికి,

మీరు నన్ను వెతుక్కుంటూ నా గురించి తెలుసుకోవడానికి ఈ వూరికి వచ్చారని తెలుసు. శ్రీమతి యశోదని హిప్నాటైజ్ స్పెల్లో పడేసి మీ గదికి పంపించానని మీరు తెలుసుకుంటారనీ తెలుసు. అందుకే ఈ ఉత్తరం ఇక్కడ పడేస్తున్నాను.

సీతని హత్య చేశాను. భాస్కరరావుని క్షోభ పెట్టాను. రేవతిని ఎత్తుకు పోయాను. రేవతి ఇక నా దగ్గిరే వుంటుంది. సుఖంగానే వుంటుంది. నాకు చేసిన అపచారానికి సీతకి శిక్ష విధించాను. ఇక నేను ఎవరి జోలికీ రాను. కనుక నన్ను పట్టుకునేందుకు ప్రయత్నించడం మానండి. మానితే మీకూ, రేవతికీ కూడా మంచిది.

విద్యాసాగర్."

యుగంధర్ ఆ ఉత్తరం జేబులో పెట్టుకుని బయటికి వెళ్ళాడు. యశోదని ఎందుకు హిప్నాటైజ్ స్పెల్‌లో పడేసి తన దగ్గిరికి పంపించాడు అతను! అసలు అతను యీ వూరికి ఎందుకు వచ్చాడు! స్కూల్లో వున్న ఫొటో ఎందుకు ఎత్తుకుపోయాడు!

విద్యాసాగర్‌కి సీతమీద ద్వేషం వుంది. ఆమెని అతనే హత్య చేశాడా! రేవతిని ఎందుకు ఎత్తుకుపోయాడు! రేవతి అతనికి ఏం అపకారం చేసింది?

ఆలోచిస్తూ యుగంధర్ హోటలికి వెళ్ళాడు.

"సార్! మీకు ట్రంక్‌కాల్" అన్నాడు హోటల్ మేనేజర్.

యుగంధర్ రిసీవర్ అందుకున్నాడు.

"రాజుని."

"ఆఁ, ఏమిటి?" అడిగాడు యుగంధర్.

"ఏమీలేదు. ప్రాక్టికల్ జోకర్ విషయం యేమైనా తెలిసిందా?"

యుగంధర్ నవ్వుకున్నాడు తనలో తను. అంతకుముందు తను యిన్‌స్పెక్టర్ స్వరాజ్యరావుకి టెలిఫోన్ చేసినపుడు వున్నట్లుండి రిసీవర్ కింద పడేశాడు, యశోద చేతిలో పిస్తోలు ఎగరగొట్టడానికి. తనకి ఏదైనా ఆపద కలిగిందేమో తెలుసుకునేందుకు రాజు ట్రంక్‌కాల్ చేశాడు.

"లేదు. ఇంకా ఏమీ తెలియలేదు" అన్నాడు యుగంధర్.

"తెలియదు" అని యుగంధర్ టెలిఫోన్ డిస్కనెక్టు చేశాడు. ప్రస్తుతానికి తను చేయవలసిందీ, చెయ్యగలిగిందీ ఏమీలేదు. రేపు స్కూలుకి వెళ్ళి విద్యాసాగర్ సహాధ్యాయులెవరైనా ఈ వూళ్ళో వున్నారేమో కనుక్కోవాలి! అంతే.

7

మర్నాడు ప్రొద్దున్న 10 గంటలకల్లా స్కూలుకి వెళ్ళాడు యుగంధర్.

"ఓల్డ్ బాయిస్ జాబితా తెప్పించాను, ఇదుగో!" అన్నాడు హెడ్‌మాస్టర్ యుగంధర్ రాగానే.

"థాంక్స్!" అంటూ యుగంధర్ ఆ జాబితా తీసుకుని చూసి "ఇదేమిటి... పదిమంది పేర్లు మాత్రమే వున్నాయి?" అడిగాడు.

"మిగతావాళ్ళ చిరునామాలు లేవు. ఉత్తపేర్లు మాత్రం చెప్పితే ఏం ప్రయోజనం?"

"సరేలెండి! మిమ్మల్ని శ్రమపెట్టినందుకు క్షమించండి" అని యుగంధర్ హోటలికి వెళ్ళాడు.

జాబితాలో పేర్లు మరొకసారి చదివాడు.

ఎస్.విశ్వనాథం పర్చేజింగ్ ఆఫీసర్, స్టీల్ ఇండస్ట్రీస్, జంషెడ్‌పూర్. పి. సుందరం, పర్సనల్ అసిస్టెంట్ టు ది మినిష్టర్ ఫర్ యిరిగేషన్, గౌహతి.

డాక్టర్ జి.పాపయ్య, ఆనరరీ ఫిజీషియన్, గవర్నమెంటు హాస్పిటల్, బళ్ళారి.

టి.ప్రభాకర్, ఆడిటర్, 2 హారన్బీరోడ్, బొంబాయి-2. సి.పి.జె.నాథ్- కరస్పాండెంట్ 'ది డెయిలీ ఎక్స్‌ప్రెస్' (జగన్నాథ్)- నాగపూర్.

ఎం.సుబ్బారావు: రిప్రజెంటేటివ్, వీనస్ ఫిలిం డిస్ట్రిబ్యూటర్సు, గాంధీనగర్, విజయవాడ.

ఆర్.గంగ : ప్రొఫెసర్, మధుర ఆర్ట్సు కాలేజి, మధుర.

ఎల్.శివరావు : ప్రొప్రయిటర్, శివాజీ టాకీస్, మెయిన్ బజారు రోడ్, కోయంబత్తూరు.

ఎన్.కె.మూర్తి : కెమిస్ట్, రెయిన్‌బో పెయింట్స్ అండ్ కెమికల్స్, బెంగుళూరు.

కె.విశ్వనాథ్ : ఫిలిం యాక్టర్, దండపాణి వీధి నెం.112, కోడంబాకం, మద్రాసు.

వీళ్ళందరూ విద్యాసాగర్‌తో కలిసి చదువుకున్నారు. అతన్ని గురించి వీళ్ళెవరికీ తెలియకుండా వుంటుందా! వీళ్ళందరికీ ఉత్తరాలు రాయడం మంచిదా, లేక స్థానిక పోలీస్ వుద్యోగుల ద్వారా దర్యాప్తు చేయడం మంచిదా! లేక వెళ్ళి అందర్నీ కలుసుకోవడం మంచిదా... యుగంధర్ ఆలోచించాడు. స్వయంగా వెళ్ళి విచారించడమే మంచిదని నిశ్చయించుకుని వెంటనే మద్రాసుకు బయలుదేరాడు కారులో. స్వాములవారి వేషంలో ప్రాక్టికల్ జోకర్ యింకా ఆ వూళ్ళోనే వుండవచ్చు. లేదా వేషం మార్చుకుని, యింకో రూపంలో ఆ ఊళ్ళోనే తిరుగుతుండవచ్చు. ఏమైనా తను ఆ వూళ్ళో వుండి చెయ్యగలిగింది ఏమీ లేదని నిశ్చయించుకున్నాడు యుగంధర్.

✤ ✤ ✤

"రాజూ! నువ్వు యీ వూళ్ళకి వెళ్ళి జగన్నాథం, పి.ఎస్.సుందరం, టి.ప్రభాకర్, సి.పి.జె.నాథ్– వీళ్ళని కలుసుకుని విద్యాసాగర్ విషయం ఏమైనా తెలుస్తుందేమో ప్రయత్నించు. నేను బెంగుళూరు, బళ్ళారి, మధుర, కోయంబత్తూరు, విజయవాడ వెళ్ళి వాళ్ళని కలుసుకుంటాను" అన్నాడు యుగంధర్.

రాజు తలవూపి "యీ వూళ్లో వున్న ఫిలిం యాక్టర్ విశ్వనాథ్ విషయం?" అడిగాడు.

"మనం యిద్దరం వెళదాం అతని దగ్గిరికి. ఇంకొక విషయం, విద్యాసాగర్ ఎక్కడున్నదీ వాళ్ళల్లో ఎవరైనా చెపితే వెంటనే ఇన్‌స్పెక్టర్ స్వరాజ్యరావుకి ఫోన్ చెయ్యి. నేను యే వూరికి వెళితే అక్కణ్నించి యిన్‌స్పెక్టర్‌కి ఫోన్ చేస్తాను. మనిద్దరిలో ఎవరో ఒకళ్ళు విద్యాసాగర్ ఎక్కడ వున్నదీ తెలుసుకున్న తర్వాత యింకా ఊళ్ళు తిరగడం అనవసరం" అన్నాడు యుగంధర్.

రాజు తల వూపాడు.

డిటెక్టివ్‌లు ఇద్దరూ క్రిజ్లరు కారు ఎక్కి బయలుదేరారు. దండపాణి వీధి సులభంగానే కనపడ్డది. నెం.112 చాలా చిన్న యిల్లు.

తలుపు తట్టగానే "ఎవరు?" లోపల్నించి అడిగింది ఓ స్త్రీ.

"విశ్వనాథ్‌గారు వున్నారా?"

"ఉన్నారు" అంటూ నలభైఏళ్ళ స్త్రీ వచ్చి కిటికీ అవతల నిలబడి "ఏ కంపెనీనించి బాబూ?" అడిగింది.

"కంపెనీనించి కాదు. విశ్వనాథ్‌గారితో మాట్లాడడానికి వచ్చాము."

"టేబుల్ ఫ్యాన్ ఇన్‌స్టాల్‌మెంటుకా? డబ్బు యింకా చేతికి రాలేదు."

"విశ్వనాథ్‌గారితో ఒక విషయం మాట్లాడడానికి వచ్చాము!"

"రాత్రి అంతా షూటింగుకి వెళ్ళివచ్చి ఆలస్యంగా పడుకున్నారు. నిద్ర పోతున్నారు. మధ్యాహ్నం మళ్ళీ యింకో స్టూడియోలో కాల్‌షీటున్నది."

"దయచేసి విశ్వనాథ్‌గార్ని లేపి చెప్పండి. చాలా అర్జంటు విషయం మాట్లాడాలి" అన్నాడు యుగంధర్ విసుగ్గా.

"ఎవరది?" అంటూ లోపల్నించి ముప్ఫయి అయిదేళ్ళ మనిషి వసారాలోకి వచ్చాడు. లావుగా, నల్లగా వున్నాడు. గళ్ళ గళ్ళ లుంగీ కట్టుకున్నాడు.

"మీరేనా విశ్వనాథ్‌గారు?" అడిగాడు యుగంధర్.

తలవూపాడు అతను.

"నా పేరు యుగంధర్. ఇతను నా అసిస్టెంటు రాజు."

"డిటెక్టివ్ యుగంధర్‌గారా?" అడిగాడు విశ్వనాథ్ ఆశ్చర్యంతో.

యుగంధర్ తలవూపి "మీతో అయిదునిమిషాలు మాట్లాడాలి" అన్నాడు.

విశ్వనాథ్ బెదురుతూ లోపలికి చూశాడు. తటపటాయిస్తూ గడియతీసి "రండి" అన్నాడు. మళ్ళీ లోపలికి చూసి "క్షణంలో వస్తాను" అని, చటుక్కున లోపలికి వెళ్ళి ఆ స్త్రీకి యేదో రహస్యంగా చెప్పి వచ్చి "ఆఁ! ఏమిటి?" అడిగాడు.

"మీరు రాజమండ్రి మునిసిపల్ హైస్కూల్లో చదివారు కదూ?"

"అవును. యేం?... మాది రాజమండ్రే" అన్నాడు విశ్వనాథ్.

"మీతోపాటు ఆ సంవత్సరం స్కూలుఫైనల్ చదివిన ఒక అతన్ని గురించి వాకబు చేస్తున్నాం. అతని పేరు విద్యాసాగర్. మీకేమైనా అతని భోగట్టా తెలుసా?"

"విద్యాసాగరా!" అని రెండు క్షణాలు కళ్ళు మూసుకుని "అవును. విద్యాసాగర్ అనే అతను వుండేవాడు. మూడోబెంచిమీద మధ్య కూర్చునేవాడు. అతను ఒక్కడేగా క్లాసులో ఆ పేరున్నవాడు" అని జ్ఞాపకము చేసుకుంటున్నాడు విశ్వనాథ్.

"అవును. అతని విషయం మీకేమైనా తెలుసా?"

"సార్! ఎప్పటి విషయం అది! స్కూలు ఫైనల్ కాగానే నేను ఈ ఊరికి వచ్చేశాను, సినిమాల్లో నటించడానికి. అప్పట్నించీ ఇక్కడే వుంటున్నాను. నేను అతన్ని మళ్ళీ ఎప్పుడూ చూడలేదు."

"మీకు మళ్ళీ అతను ఎక్కడా కన్పించలేదన్నమాట?"

"లేదు" అన్నాడు విశ్వనాథ్.

"థాంక్స్. మిమ్మల్ని నిద్రలేపినందుకు క్షమించండి. వస్తాము" అని యుగంధర్, రాజు అక్కణ్నించి బయలుదేరారు. కారు ఎక్కిన తర్వాత "ఈ

విశ్వనాథ్ మనల్ని చూడగానే భయపడ్డాడు. బెదురుతూ యింట్లోకి చూశాడు. ఎందుకో?" అన్నాడు రాజు.

యుగంధర్ నవ్వి "బహుశా బ్రాందీసీసా వుండివుంటుంది అలమారులో. డిటెక్టివ్‌లమని మనం చెప్పగానే ప్రొహిబిషన్ నేరంమీద పట్టుకునేందుకు వచ్చామని అనుకుని వుంటాడు" అన్నాడు.

ఇంటికి వెళ్ళి రాజు, యుగంధర్ ప్రయాణానికి సామాన్లు సర్దుకుంటున్నారు. అంతలో కాలింగ్‌బెల్ మోగింది. రాజు తలుపు తీశాడు.

డిటెక్టివ్ యిన్‌స్పెక్టర్ స్వరాజ్యరావు వచ్చాడు. రాజమండ్రిలో తన దర్యాప్తు వివరాలు చెప్పాడు యుగంధర్ ఇన్‌స్పెక్టర్‌కి.

"మీరు వెళ్ళడం దేనికి! స్థానిక పోలీస్ ఇన్‌స్పెక్టర్స్‌కి వర్తమానం పంపితే వాళ్ళు కనుక్కుని తెలియచేస్తారుగా!" అన్నాడు స్వరాజ్యరావు.

"నిజమే! అదీ ఆలోచించాను. స్వయంగా వెళ్ళి విచారిస్తేనే మంచిదని తోచింది."

"సరే వెళ్ళిరండి" అని లేచి నిలబడి "ఇక్కడ నేనేమైనా సహాయం చెయ్యవలసి వుంటే..." అంటున్నాడు స్వరాజ్యరావు.

"మీ సహాయం చాలా అవసరం. నేను, రాజు... మేము వెళ్ళే వూళ్ళనించి మీకు ట్రంక్‌కాల్ చేస్తాము. నేను చెప్పిన విషయాలు రాజుకీ, రాజు చెప్పిన విషయాలు నాకూ తెలియచెయ్యాలి" అన్నాడు యుగంధర్.

"ఓ యస్. దటీజ్ యీజీ... తర్వాత?"

"ఆ మురుగన్ యింకా లాకప్‌లోనే వున్నాడా?"

"లేదు. వదిలేశాం."

"అతన్ని ఓ కంట కనిపెడుతున్నారా?"

"ఆహా! ఇద్దరు డిటెక్టివ్ కానిస్టేబుల్స్ రాత్రింబగళ్ళు అతన్ని కనిపెడుతూనే వున్నారు."

"ఏమీ తెలియలేదా?"

"లేదు."

"మురుగన్ని కనిపెడుతూనే వుండండి. అతని ద్వారా ప్రాక్టికల్ జోకర్ విషయం ఏమైనా తెలుస్తుందేమో!" చెప్పాడు యుగంధర్.

8

తలుపు కీచుమని చప్పుడు కాగానే రేవతి తలుపువైపు చూసింది.

"హల్లో! గుడ్‌మార్నింగ్!" అన్నాడు అతను లోపలికి వచ్చి.

రేవతి జవాబు చెప్పలేదు.

"నా మీద నీకు యింకా కోపం పోలేదా?" అడిగాడు నవ్వుతూ.

రేవతి అతన్ని నిప్పులు కక్కుతూ చూసింది.

"ఇలా మొండితనం చెయ్యక రేవతీ! నవ్వుతూ కులాసాగా వుండు" అన్నాడు దగ్గిరికి వచ్చి.

చటుక్కున రేవతి లేచి నిలబడింది. అతను మరింత దగ్గిరిగా వచ్చాడు. తప్పించుకునేందుకు మార్గం లేదు. రెండు చేతులూ వెనకవున్న కౌచ్‌మీద ఆనించి, వెనక్కి వాలింది అతనికి దూరం అవడానికి.

"నీ కళ్ళల్లో ఏమిటా భయం! చెప్పానుగా, నిన్ను బలాత్కారం చెయ్యనని. భయపడక" అన్నాడు.

రేవతి నిట్టూర్చింది.

"నీకేమైనా కావాలా?" అడిగాడు.

"ఇల్లు..." అన్నది నెమ్మదిగా.

నవ్వాడు. "ఇల్లా! ఇది యిల్లు కాదూ!"

"నాన్నా... అమ్మా."

విరగబడి నవ్వాడు. "పద్దెనిమిదేళ్ళ దానివి. నీకింకా అమ్మా, నాన్నా ఏమిటి? ఈ పాటికి యిద్దరు పిల్లలుండాలి నీకు. ఏం కావాలో చెప్పు."

"చీర, పరికిణీ, వోణీ" అన్నది దీనంగా తనని తను చూసుకుంటూ.

అతను మళ్ళీ నవ్వాడు. "ఏం! యీ బట్టలు బాగాలేవూ!" అడిగాడు రేవతి తొడుక్కున్న పైజామానీ, బ్లవుజ్‌నీ పరీక్షగా చూస్తూ.

రేవతి కళ్ళల్లో నీళ్ళు నిండాయి. వేళ్ళతో కురులు సర్దుకుంది. జడ లేదు. జుట్టు కత్తిరించాడు భుజాల వరకూ.

"జుట్టు కత్తిరించాననా అలా కళ్ళనీళ్ళు పెడుతున్నావు? నీకు యీ వేషమే బావుంది"

రేవతి ఒకసారి తనని తను చూసుకున్నది. ఇలా తను వీధిలోకి వెళితే ఎవరయినా తనని గుర్తుపడతారా! ఉహూ! ఎవరో ఆంగ్లో యిండియన్ అమ్మాయి అనుకుంటారు. తన తండ్రే తనని గుర్తుపట్టలేకపోవచ్చు.

"నన్ను యిలా ఎంతకాలం యిక్కడ బంధించదలచావు?" అడిగింది చివరికి.

"శాశ్వతంగా" అన్నాడతను.

"ఎందుకు?"

"నువ్వు అంటే నాకు యిష్టం కనుక."

"అంత యిష్టమైతే మా నాన్ననీ, అమ్మనీ అడిగి పెళ్ళిచేసుకో."

"వాళ్ళు ఒప్పుకోరు."

"ఒప్పుకోరని నీకెలా తెలుసు? నువ్వు అడిగావా?"

"లేదు. నువ్వే ఒప్పుకోవు. వాళ్ళవరకూ ఎందుకు?"

"నేను ఒప్పుకోనని నీకెలా తెలుసు?"

"నీ వైఖరే చెపుతోంది."

రేవతి ఆలోచిస్తోంది.

"ఏమిటి ఆలోచిస్తున్నావు?" అడిగాడు అతను సిగిరెట్ వెలిగించి.

"మొగాళ్ళు ఎంత తెలివితక్కువవాళ్ళా అని."

"ఏం?"

"నీ గురించి నువ్వు ఎందుకు అంత చులకనగా అనుకుంటావు! బావుంటావు. డబ్బు వున్నది. ఈ యిల్లు, ఈ యింట్లో వస్తువులే చెపుతాయి నీ డబ్బు గురించి. ఎందుకు నన్ను ఎత్తుకువచ్చావు! సజావుగా మా యింటికి వచ్చి మా నాన్నని అడిగివుంటే నేను ఒప్పుకునేదాన్ని" అన్నది.

"నిజంగానా!" అడిగాడు అతను.

"నిజంగానే."

"అయితే యిప్పుడు ఎందుకు మొండితనం చేస్తున్నావు? ఈ యిల్లు, యీ డబ్బు... అన్నీ నీవే!"

"ఇప్పుడు వేరు. నువ్వు నన్ను ఎత్తుకువచ్చావు. నన్ను మా యింటికి తీసికెళ్ళు, మా నాన్నని ఒప్పించి నిన్ను పెళ్ళి చేసుకుంటాను."

అతను దిగులుగా చూశాడు రేవతిని. "అది వీలుకాని పని" అన్నాడు.

రేవతి పళ్ళు పటపట కొరుకుతూ అతన్ని చూసింది.

"అయితే నన్ను పొందడం కూడా వీలుకాని పని. తెలుసుకో!" అన్నది.

అతను నవ్వాడు. "నిన్ను పొందాలంటే యీ క్షణం పొందగలను" అన్నాడు.

"పొరబడుతున్నావు. ఇది చూడు" అని జాకెట్టులోంచి చిన్న కత్తి తీసి చూపించింది.

అతను విరగబడి నవ్వాడు. "చంపుతావా నిన్ను ముట్టుకుంటే?" అన్నాడు.

"ఈ కత్తితో నిన్ను చంపడం సాధ్యంకాని పని. నువ్వు ఎంత దుర్మార్గుడవైనా నిన్ను నా చేతులతో చంపలేను. నిన్నే కాదు, చీమని కూడా చంపలేను."

"అయితే ఆ కత్తి ఎందుకు? దాంతో ఏం చేస్తావు?"

"నువ్వు నన్ను ఏమైనా చెయ్యడానికి ప్రయత్నించావా మరుక్షణం నన్ను నేను చంపుకుంటాను."

అతను చటుక్కున లేచి గదిలోంచి వెళ్ళిపోయాడు.

తలుపు మళ్ళీ మూసుకున్నది. తలుపు లాగి చూడలేదు రేవతి. బయట గడియపెట్టి వుంటాడని తెలుసు.

సోఫాలో కూర్చుని, కాళ్ళు ముందున్న బల్లమీదికి జాపింది.

ఆ యింట్లోకి వచ్చి ఎన్ని రోజులయిందో కూడా లెక్క తెలియడం లేదు. తన కోసం తన తల్లిదండ్రులు ఎంత బెంగపెట్టుకున్నారో! డిటెక్టివ్ యుగంధర్ గురించి అందరూ అంత గొప్పగా చెపుతారు. ఆయన ఏం చేస్తున్నాడు! తనని యింకా ఎందుకు విడిపించలేదు!

ఆ వేళ పొద్దున్న తను యింట్లోంచి వెళ్ళడం తప్పే! తను అలా వెళ్ళి వుండకూడదు. కాని ఆ ఉత్తరం చూసిన తర్వాత యింట్లో వుండలేకపోయింది. తండ్రి నిద్రలేస్తే "శంకర్ నీకు ఉత్తరం ఎందుకు రాశాడు?" అని ప్రశ్నలు ప్రారంభిస్తాడు. అందుకని చప్పుడు చెయ్యకుండా బయటికి వెళ్ళింది ఉత్తరం చదవగానే.

"రేవతీ! వెంటనే రా. నీ కోసం కారు పంపించాను. అది వీధి చివర్న వుంటుంది- శంకరం."

ఆ ఉత్తరం చదవగానే చప్పుడు చెయ్యకుండా తలుపు తెరుచుకుని పరిగెత్తింది. వీధి చివర్న కారు ఆగివుంది. 'శంకరంగారు పంపించారు' అన్నాడు డ్రైవర్. కారు ఎక్కింది. రెండుమైళ్ళు వెళ్ళి ఓ బంగళా గేటులోకి తిరిగింది కారు. డ్రైవర్ కారు దిగి తనని రమ్మన్నాడు. ఇంట్లోకి వెళ్ళింది. ఇంట్లో ఎవరూ లేరు. మేడమీదికి తీసికెళ్ళాడు.

"శంకరం ఏడీ?" అడిగింది.

"వస్తాడు. కూర్చోండి" అనిచెప్పి గదిలోంచి వెళ్ళిపోయాడు. తలుపు మూసుకుంది. అరగంట తర్వాత గ్రహించింది తను ఆ గదిలో బంధించ బడ్డాననీ, తనను మోసం చేసి అక్కడికి తీసుకువచ్చారనీ. ప్రాక్టికల్ జోకర్ ఆ పని చేసివుండాలని అనుమానం కలిగింది. తలుపు తెరవడానికి ప్రయత్నించింది. రాలేదు. నిద్రపోయింది. తర్వాత ఎవరో రావడం... చీకట్లో తనని కావిలించుకోవడం... తనని వివస్త్రను చెయ్యడం, తర్వాత దీపం వెలగడం, ఆ వెలుగులో తను ముష్టివాణ్ని చూడడం, స్పృహ పోవడం అంతా జ్ఞాపకం చేసుకున్నది.

ఆ తర్వాత తనకి జ్ఞాపకమున్నది ఆస్పత్రి. ఆస్పత్రిలో యుగంధర్ అసిస్టెంటు రాజు తన మంచం పక్కన కూర్చుని తనని ఏవో ప్రశ్నలు అడగడం, తను ముష్టివాడి విషయం చెప్పడం. అంతే మళ్ళీ స్పృహ పోయింది డాక్టర్ యింజక్షన్ యివ్వగానే.

మళ్ళీ ఎంతసేపటి తర్వాత స్పృహ వచ్చిందో తెలియదు. డాక్టర్‌లా వున్నాడు. తెల్లకోటు, మెళ్ళో స్టెతస్కోప్. తన మొహం మీదకి వొంగి, తన కళ్ళలోకి చూసి "రేవతీ! రేవతీ!" అని పిలిచాడు.

"ఆ!" అన్నది తను. అతని కళ్ళు రెండు దీపాల్లా మెరుస్తున్నాయి. అతని చూపులు తననీ, తన కళ్ళనీ అగోచరమైన సంకెళ్ళతో బిగించినట్లు అనిపించింది.

"నువ్వు నే చెప్పినట్లు వినాలి. నీ మంచికే చెపుతున్నాను" అన్నాడు రహస్యంగా చెవిలో. అతని మాటలు తన మనస్సుని ఆక్రమించాయి.

'నువ్వు ఎవరు? నేనెందుకు వినాలి?' అని అడగాలనిపించింది. కాని ఆ పట్టుదల అరక్షణంకూడా లేదు. ఏమైందో! మానసికంగా అతని బానిస అయింది.

"జాగ్రత్తగా విను. నేను చెప్పినట్టు చెయ్యి. నేను నీ మంచికే చెపుతున్నాను. నువ్వు మంచంమీదనించి లేచి నిలుచో" అన్నాడు.

తను యంత్రంలా లేచి నిలబడింది. తనకి తెలుసు... అతను చెప్పినట్లు చెయ్యకూడదని. కాని వ్యతిరేకించేందుకు తన మనస్సుకీ, శరీరానికీ శక్తి లేదు.

"నీ బట్టలు విప్పేసి యీ నర్సు యూనిఫాం వేసుకో! వేసుకుని యీ గదిలోంచి బయటికి నడు. ఎవరితోనూ మాట్లాడకుండా తిన్నగా ఆస్పత్రి గేటుదగ్గిరికి రా. నేను అక్కడ కారులో నీ కోసం కాచుకునుంటాను. కారు ఎక్కు" అన్నాడు.

తల వూపింది. అతను వెళ్ళిపోయాడు. అతనితో కూడా తన మనస్సు వెళ్ళిపోయినట్లయింది. ఎందుకు చేస్తున్నదీ తెలియకుండానే తను బట్టలు మార్చుకున్నది. అతను చెప్పినట్లు గదిలోంచి వెళ్ళిపోయింది. అతని కారు ఎక్కింది.కారు ఎక్కగానే "నిద్రపో! సుఖంగా నిద్రపో!" అన్నాడు అతను. తను వెనక్కి ఆనుకుని నిద్రపోయింది.

ఈ గదిలో మెలుకువ వచ్చింది. మెలుకువ వచ్చి ఎన్నాళ్ళయిందో తనకి తెలియదు.

తనకి మెలుకువ వచ్చిన కాసేపటికి అతను వచ్చాడు. అప్పుడు చెప్పాడు... తనని హిప్నాటిక్ స్పెల్లో పెట్టి ఆస్పత్రిలోంచి తీసుకువచ్చానని. తనమీద, తన తండ్రిమీద ఇతను యెందుకు యింత కసిపెట్టుకున్నాడు! తమ కుటుంబాన్ని ఎందుకు యిలా క్షోభ పెడుతున్నాడు! ఎంత అడిగినా చెప్పలేదు. ఇతనే ప్రాక్టికల్ జోకర్ అని తన తండ్రి ఎందుకు తెలుసుకోలేకపోయాడు! యుగంధర్ తెలుసుకుంటాడా! తనని విడిపిస్తాడా! రేవతికి దుఃఖం పొంగి పొంగి వస్తోంది.

ఇన్నాళ్ళు తను కనపడకపోతే తన తండ్రీ, తల్లీ ఎంత బెంగపెట్టుకున్నారో.

పోనీ అతనికి లొంగిపోతే! అతను అడిగింది ఇస్తే! తనని వొదిలేస్తాడా! అతనికి కావలసింది యిస్తే తను మలినం అయిపోతుంది. మళ్ళీ తన వొళ్ళు తను చూసుకోగలదా! తనమీద తనకే అసహ్యం కలగదా! ఏడుస్తోంది. ఏడుస్తూ నిద్రపోయింది.

9

"ఐయామ్ వెరీసారీ! ఎంత జ్ఞాపకం చేసుకున్నా జ్ఞాపకం రావడం లేదు. విద్యాసాగర్ అనే అతను నాతో చదువుకున్నాడు- నిజమే. ఇప్పుడు మీరు చెబితే జ్ఞాపకం వస్తోంది" అన్నాడు పి.సుందరం.

"దటీజ్ ఆల్‌రైట్! వస్తాను" అన్నాడు రాజు లేచి నిలబడి.

"ఈ విషయం కనుక్కునేందుకు మీరు మద్రాసునించి యింత దూరం వచ్చారా?"

తల వూపాడు రాజు.

"ఓ ఉత్తరం ముక్క రాస్తే బదులు రాసేవాణ్నిగా!" అన్నాడు అతను.

"స్వయంగా వచ్చి కనుక్కోవడం మంచిది అనుకున్నాను. వస్తాను" అని రాజు తను బసచేసిన హోటలికి వెళ్ళాడు. హోటలికి చేరుకున్న అరగంటకి స్వరాజ్యరావునించి ట్రంక్‌కాల్ వచ్చింది.

"హలో! స్వరాజ్యరావు స్పీకింగ్. రాజేనా?"

"అవును."

"ఏమిటి విశేషాలు?"

"సుందరాన్ని కలుసుకున్నాను. ఆయనకేమీ జ్ఞాపకం లేదు."

"ఇంకేం చేస్తారు?"

"జంషెడ్‌పూరు వెళ్ళి విశ్వనాథాన్ని కలుసుకుంటాను. యుగంధర్‌గారినించి ఏమైనా తెలిసిందా?"

"ఇంకా యేమీ తెలియలేదు. ఆయన ఫోన్ చేస్తే నువ్వు చెప్పిన విషయం చెపుతాను."

"జంషెడ్‌పూరు వెళ్ళి విశ్వనాథాన్ని కలుసుకున్న తరవాత నేనే మీకు ఫోన్ చేస్తాను" అని రాజు రిసీవర్ పెట్టేశాడు. మర్నాడే బయలుదేరాడు జంషెడ్‌పూర్‌కి.

✤ ✤ ✤

"యస్. స్వరాజ్యరావు స్పీకింగ్! ఎవరు?"

"యుగంధర్."

"ఏ వూరినించి మాట్లాడుతున్నారు?"

"బెంగుళూరునించి."

"ఏమైనా తెలిసిందా?"

"లేదు. ఎస్.కె.మూర్తిని చూశాను. ఏమీ చెప్పలేకపోయాడు. ఆయనకి విద్యాసాగర్ పేరే జ్ఞాపకం లేదు."

"బాడ్‌లక్."

"రాజు ఫోన్ చేశాడా?"

"నేను రాజుకి గౌహతీకి ఫోను చేశాను. సుందరానికి జ్ఞాపకం లేదుట."

"ఆల్‌రైట్! నేను రేపు బయలుదేరి బళ్ళారి వెళుతున్నాను. అక్కడ పని పూర్తయిన తరవాత మీకు టెలిఫోన్ చేస్తాను. రాజు గౌహతీనించి ఎక్కడికి వెళుతున్నాడు?"

"జంషెడ్‌పూర్ వెళతానని చెప్పాడు. అక్కణ్ణించి తనే నాకు ఫోన్ చేస్తానన్నాడు. మీ విషయం అడిగాడు. రాజు ఫోన్ చేసినపుడు చెపుతాను. విష్ యు గుడ్ లక్" అని స్వరాజ్యరావు రిసీవర్ పెట్టేశాడు.

యుగంధర్ బళ్ళారికి వెళ్ళి అక్కణ్ణించి స్వరాజ్యరావుకి ఫోన్ చేసి "లాభం లేకపోయింది" అని చెప్పి మధురకి బయల్దేరాడు. ఇక మిగిలింది ఆర్.రంగ అనే అతను ఒక్కడే. తతిమ్మా అందర్నీ కలుసుకున్నాడు. ఎవరూ విద్యాసాగర్ గురించి చెప్పలేకపోయారు. ఉత్తరదేశానికి వెళ్ళిన రాజుకి విద్యాసాగర్ విషయం ఏమీ తెలియలేదు.

ఈ ఆర్.రంగ అనే అతను కూడా విద్యాసాగర్ గురించి ఏమీ చెప్పలేకపోతే తర్వాత ఏం చెయ్యాలా అని ఆలోచిస్తూ యుగంధర్ తను బసచేసిన హోటల్లోంచి బయలుదేరాడు.

"ప్రొఫెసర్ రంగగారి యిల్లు ఎక్కడో తెలుసా?' అడిగాడు గేటు జవానుని.

"దగ్గిర్లోనే వుంది సార్! అదుగో! ఆ వీధి దాటితే కనిపిస్తుంది. ఆకుపచ్చ మేడ" చెప్పాడు జవాను.

యుగంధర్ "థాంక్సు" చెప్పి జవాను చెప్పిన యింటివైపు నడిచాడు. కాలింగ్‌బెల్ నొక్కగానే పద్ధెనిమిదేళ్ళ అమ్మాయి తలుపు తీసింది.

"ప్రొఫెసరుగారున్నారా" అడిగాడు యుగంధర్.

"ఉన్నారు. నాన్నగారూ! మీకోసం" అని కేకేసింది ఆ అమ్మాయి. లావుగా, పొట్టిగా వున్న నలభై అయిదేళ్ళ అతను వచ్చి "యస్?" అడిగాడు.

"నా పేరు యుగంధర్. నేను డిటెక్టివ్‌ని. పదినిమిషాలు మీతో మాట్లాడాలి" అన్నాడు యుగంధర్.

"మిష్టర్ యుగంధర్! గ్లాడ్ టు మీట్ యూ, రండి" అని పక్కనున్న గదిలోకి తీసికెళ్ళాడు.

"చెప్పండి. నేనేమైనా నేరం చేశానా?" అడిగాడు రంగ నవ్వుతూ.

యుగంధర్ కూడా నవ్వి "మీరు రాజమండ్రి మున్సిపల్ హైస్కూల్లో చదువు కున్నారు కదూ!" అడిగాడు.

"అవును. ఏం?"

"మీతో కూడా విద్యాసాగర్ అనే అతను చదువుకున్నాడు. జ్ఞాపకం వున్నదా?"

"జ్ఞాపకం లేకేం! వాటీజ్ ది మాటర్ విత్ హిం?"

"విద్యాసాగర్‌గారు యిప్పుడు ఎక్కడున్నారో మీకు తెలుసా?"

"హైద్రాబాద్‌లో వుంటున్నానని చెప్పాడు."

"ఎన్నేళ్ళ క్రితం మీకు ఆ విషయం చెప్పాడు?"

"ఏడాది క్రితం. నేను మద్రాసు వెళ్ళినప్పుడు అకస్మాత్తుగా మౌంట్‌రోడ్‌లో కనిపించాడు. అతనే నన్ను గుర్తుపట్టి పలకరించాడు. ఇద్దరం కాఫీహోటల్లోకి వెళ్ళి అరగంటసేపు కబుర్లు చెప్పుకున్నాం. ఎప్పుడయినా హైద్రాబాద్ వస్తే తన యింటికి రమ్మన్నాడు. అడ్రస్‌కూడా చెప్పాడు."

యుగంధర్ గుండె వురకలు వేసింది. "అడ్రస్ జ్ఞాపకం వుందా?" అడిగాడు.

"జ్ఞాపకం లేదు కాని ఎక్కడో రాసిపెట్టాను. చూస్తాను" అని లోపలికి వెళ్ళాడు. పదిహేను నిమిషాల తర్వాత తిరిగివచ్చి "సార్! ఎక్కడా కనిపించ లేదు. మీరు విద్యాసాగర్‌ని కలుసుకోవాలా?" అడిగాడు.

"అవును."

"ఎందుకు?"

"ఒక కేసు సందర్భంలో."

యుగంధర్ క్లుప్తంగా చెప్పాడు.

"మీరు పొరబడుతున్నారని అనుకుంటాను. విద్యాసాగర్ అలాటి పనులు చెయ్యడు."

"దర్యాప్తు చేసి నిర్ణయించాలి" అన్నాడు యుగంధర్.

"ఆల్‌రైట్! విద్యాసాగర్ హైదరాబాద్‌లో ఎక్కడుంటున్నాడో తెలుసుకోవడం కష్టంకాదు. అతను అడ్వకేట్. హైకోర్టులో ప్రాక్టీసు చేస్తున్నాడు. బార్‌కౌన్సిల్లో తెలుస్తుంది. బహుశా టెలిఫోన్ డైరెక్టరీలో అతని చిరునామా వుంటుంది అనుకుంటాను" అన్నాడు ప్రొఫెసర్ రంగ.

"వెరీ మెనీ థాంక్స్" అని యుగంధర్ తిన్నగా స్థానిక పోలీస్ హెడ్‌క్వార్టర్సుకి వెళ్ళి స్వరాజ్యరావుకి ఫోన్ చేసి చెప్పాడు.

"నేను యింకో గంటలో బయలుదేరుతున్నాను విమానంలో. ఊళ్ళోకి రాను! ఏరోడ్రోంలో నించే హైదరాబాద్‌కి విమానంలో వెళతాను. రాజుకి చెప్పండి" అన్నాడు.

✣ ✣ ✣

సాయంకాలం అయిదు గంటలకి యుగంధర్ హైదరాబాద్, బేగంపేట విమానాశ్రయంలో దిగాడు. విమానాశ్రయంలోనే టెలిఫోన్ డైరెక్టరీ చూశాడు.

ఎస్. విద్యాసాగర్, అడ్వకేట్, ఏడో క్రాస్‌రోడ్, నెం. 1282/2, హిమాయత్ నగర్ అని చిరునామా వుంది. ఆ చిరునామా డైరీలో రాసుకుని టాక్సీ ఎక్కి డ్రైవర్‌కి చెప్పాడు అక్కడికి వెళ్ళమని.

ఓ పెద్ద బంగళాముందు టాక్సీ ఆగింది. గేటు దగ్గిరున్న జవాను యుగంధర్‌ని పరీక్షగా చూశాడు.

"అయ్యగారున్నారా?" అడిగాడు యుగంధర్.

"ఇప్పుడే కోర్టునించి వచ్చారు సార్!"

గేటు దాటాడు. పెద్ద తోట. తోటలో వున్న ఉయ్యాల దగ్గిర ముగ్గురు పిల్లలు ఆడుకుంటున్నారు. పన్నెండేళ్ళ పిల్లాడు యుగంధర్ని చూసి, పరిగెత్తుకు వచ్చి "ఎవరు కావాలి?" అడిగాడు.

"విద్యాసాగర్ గారు."

"స్నానం చేస్తున్నారు నాన్నగారు. రండి" అని యింటివేపుకు తీసికెళ్ళాడు. వసారాకి కుడివైపున వున్న గది తలుపు మూసి వుంది.

"రండి. కూర్చోండి" అన్నాడు ఆ పిల్లాడు. తలుపు తీసి యుగంధర్ లోపలికి వెళ్ళాడు. బాగా పెద్ద గది. గోడలకి ఆనించి అద్దాల బీరువాలు- వాటినిండా 'లా' పుస్తకాలు. పెద్ద బల్ల వెనక రివాల్వింగ్ కుర్చీ, రివాల్వింగ్ షెల్ఫు. బల్లమీద కాయితాలు, కలాలు, బ్లాటింగ్ పేపరు.

"నాన్నగారికి చెపుతాను. పేరు?" అడిగాడు ఆ పిల్లాడు.

"పేరు చెప్పినా తెలియదు. ఎవరో వచ్చారని చెప్పు" అన్నాడు యుగంధర్ చిన్నగా నవ్వి. ఆ కుర్రాడు వెళ్ళిపోయాడు.

యుగంధర్ సిగిరెట్ వెలిగించాడు.

పది నిమిషాలు గడిచిపోయాయి.

"ఐయామ్ వెరీ సారీ! మిమ్మల్ని ఇంతసేపు కూర్చోపెట్టినందుకు" అన్న మాటలు వినపడగానే యుగంధర్ వెనక్కి తిరిగాడు. తలుపు దగ్గిర నిలబడి షేక్హ్యాండ్ యివ్వడానికి చెయ్యి జాపాడు అతను. "నేనే విద్యాసాగర్. మీ పేరు?" అడిగాడు.

యుగంధర్ చటుక్కున లేచి చెయ్యి అందించాడు. విద్యాసాగర్ తన రివాల్వింగ్ కుర్చీలో కూర్చున్నాడు.

"మీ పేరు?" అడిగాడు మళ్ళీ విద్యాసాగర్.

"యుగంధర్."

"యుగంధర్. యస్. యు ఆర్ డిటెక్టివ్ యుగంధర్. రెండేళ్ళ క్రితం మిమ్మల్ని రోటరీక్లబ్బులో చూశాను" అన్నాడు విద్యాసాగర్.

యుగంధర్ అతన్నే పరీక్షగా చూస్తున్నాడు. ఆరు అడుగుల పొడుగు, సన్నగా వున్నాడు. అక్కడక్కడ నెరిసిన వెంట్రుకలు. చాలా చురుకయిన కళ్లు, చామనఛాయ. ఆత్మధైర్యమూ, గాంభీర్యమూ గోచరిస్తున్నాయి అతని చూపుల్లో.

"ఎన్నేళ్ళనించీ ప్రాక్టీసు చేస్తున్నారు యీ వూళ్ళో?"

"పన్నెండేళ్ళయింది. క్రిష్ణస్వామిగార్కి జూనియర్‌గా వుండేవాణ్ని. క్రిమినల్ సైడ్ ప్రాక్టీసు లేదు. అందుకే ననుకుంటాను మనకి యింతకుముందు పరిచయం కలగలేదు. పనిమీద వచ్చారా?"

"మీకు ఎంతమంది పిల్లలు?"

"అయిదుగురు. తోటలో ఆడుకుంటున్నారు. ముగ్గురు చిన్నవాళ్ళు. పెద్దవాడు స్టేట్స్‌కి వెళ్ళాడు చదువుకి. అమ్మాయి ఏ సినిమాకో వెళ్ళి వుంటుంది."

యుగంధర్ ఆలోచిస్తున్నాడు. మంచి ప్రాక్టీసు వున్న బాగా డబ్బు సంపాదించుకుంటూ అయిదుగురు పిల్లల తండ్రి అయిన విద్యాసాగర్- ఎప్పుడో ప్రేమించిన సీతమీద ఇంకా కసి పెట్టుకుని ప్రాక్టికల్ జోకర్‌గా అన్ని అఘాయిత్యాలు చేయడమే గాక హత్యకూడా చేస్తాడా!

"మీరు రాజమండ్రి మున్సిపల్ స్కూల్లో చదువుకున్నారా?"

"అవును. అక్కడే స్కూల్‌ఫైనల్ పాసయ్యాను. ప్లీజ్! అసలు విషయం చెప్పండి. ఎందుకు నన్ను యిన్ని ప్రశ్నలు అడిగారు?"

"చెబుతాను. ఇంకా కొన్ని ప్రశ్నలు అడగనివ్వండి. రాజమండ్రిలో శ్రీ వెంకటచలంగారు మీకు జ్ఞాపకమున్నారా?"

"వెంకటచలంగారు జ్ఞాపకం లేకపోవడమేమిటి? ఆయన యింట్లో ఒక సంవత్సరంపాటు భోజనం చేశాను. ఎలా మరిచిపోతాను? నేను యీనాడు యిలా వున్నానంటే వెంకటచలంగారి చలవే!"

"ఆయన కుమార్తె సీత జ్ఞాపకం వున్నదా?"

విద్యాసాగర్ మొహం కాస్త ఎర్రనయింది. తలూపాడు.

"నేను వెతుకుతున్న విద్యాసాగర్ మీరేనని నిశ్చయమైంది. కనుక యిప్పుడు చెబుతాను" అని యుగంధర్ విద్యాసాగర్‌కి ప్రాక్టికల్ జోకర్ చేసిన అఘాయిత్యాలు, సీతని హత్య చెయ్యడం, పన్నీరుచెంబులో ఉత్తరాలు కనిపించడం, తను రాజమండ్రికి వెళ్ళి దర్యాప్తుచేసి కనుక్కోవడం అన్నీ చెప్పాడు వివరంగా.

యుగంధర్ చెపుతుంటే విద్యాసాగర్ మొహం యింకా ఎర్రబడింది.

అంతా విని "అవును. మీరు నన్ను అనుమానించడానికి తగినంత కారణం వుంది. నిజమే! కాని మీరు వుదహరించిన ఆ ప్రాక్టికల్ జోక్స్‌లో నేను ఒక్కటీ చెయ్యలేదు. నిజానికి ఒక సంవత్సరంగా అసలు యీ వూరినించి కదలలేదని నిరూపించగలను. ఇకపోతే సీత విషయం. ఆమె ఎక్కడున్నదో, ఆమె భర్త ఎవరో తెలియదు నాకు. తెలిసివుంటే ఎన్నోసార్లు మద్రాసు వెళ్ళాను. ఒకసారయినా చూసేవాణ్ని" అన్నాడు విద్యాసాగర్.

యుగంధర్ తలూపి "మిమ్మల్ని చూశాక అనుమానానికి ఆస్కారం లేదనిపించింది. ఇంతదూరం వచ్చాను కనుక మీరు ఆ పనులు చెయ్యలేదని నిశ్చయించుకోవాలి. సహకరించమని కోరుతున్నాను" అన్నాడు యుగంధర్.

"ప్లీజ్! గో ఎహెడ్!" అన్నాడు విద్యాసాగర్.

"మీ దస్తూరి చూడాలి. మీరు రాసిన ఓ ఉత్తరం కాని, యింకేదయినా యివ్వగలరా?"

"తెలుగా?"

విద్యాసాగర్ బల్లసొరుగులోంచి ఒక కాగితం తీసి యుగంధర్‌కి యిచ్చాడు.

"నేను చెపుతాను... మీరు రాయండి" అని యుగంధర్ ఆ కాగితంలో రాసివున్న వాక్యాలే చెప్పాడు. విద్యాసాగర్ రాశాడు.

"ఆ కాగితం యిలా యివ్వండి" అని విద్యాసాగర్ అంతకుముందు యిచ్చిన కాగితం పక్కనపెట్టి రెండూ పోల్చిచూసి "ఈ రెండూ మీ దస్తూరే!" అని జేబులోంచి డైరీ తీసి, డైరీలోంచి సీతకి ఆమె ప్రియుడు రాసిన రెండు ఉత్తరాలూ బల్లమీద పెట్టి, వాటితో పోల్చి చూసి "మీ దస్తూరి కాదు. సీతకి రాసిన ఉత్తరాలు మీరు రాసినవి కావు" అన్నాడు యుగంధర్.

"థాంక్ యూ."

"ఇంకొకటి వుంది. ప్రాక్టికల్ జోకర్ వేలిముద్రలతో మీ వేలిముద్రలు పోల్చి చూస్తాను, మీరు అంగీకరిస్తే" అన్నాడు యుగంధర్.

విద్యాసాగర్ రెండుచేతులూ జాపాడు. యుగంధర్ సంచిలోంచి సిరా, పాడ్ తీసి, విద్యాసాగర్ వేలిముద్రలు తీసి, అప్పటికప్పుడే పరీక్ష చేసి "నిశ్చయంగా తేలిపోయింది మీరు ప్రాక్టికల్ జోకర్ కారు" అన్నాడు.

"థాంక్స్. వెరీ మెనీ థాంక్స్" అని క్షణం ఆగి, "వెంకటచలంగారి ఒక్క కూతురూ హత్య చెయ్యబడిందంటే... చాలా విచారంగా వుంది. ఆ దుర్మార్గుణ్ణి పట్టుకునేందుకు నేనేమైనా చెయ్యగలిగితే చెప్పండి" అన్నాడు విద్యాసాగర్.

"విద్యాసాగర్‌గారూ! ఎవరో మిమ్మల్ని యీ కేసులో యిరికించి, మీమీద అనుమానం కలగడానికి సర్వప్రయత్నాలూ చేశాడని గ్రహించారా?" అడిగాడు యుగంధర్.

"యస్. యు ఆర్ కరెక్ట్. ఎవడు నామీద అంత కసి పెట్టుకున్నాడు? నామీదికి హత్యానేరం తొయ్యడానికి ప్రయత్నించింది ఎవరు?"

"సీతని, భాస్కరరావుని, మిమ్మల్ని ద్వేషించే మనిషెవరు? అదీ మనం తెలుసుకోవలసిన విషయం."

"భాస్కరరావా? ఓ నో! సీత భర్తా! ఆయన్ని నేను అసలు చూడనే లేదు."

"చూడకపోవచ్చు. ఈ హంతకుడికీ, మీకూ సంబంధం వుంది. అది యీనాటిది కాదు. మీరు రాజమండ్రిలో వున్న రోజులనాటిది. ఆలోచించండి."

"నో! యుగంధర్‌గారూ! మీతో ఫ్రాంక్‌గా చెపుతాను వినండి. నేను వెంకటచలంగారింట్లో వారాలు చేసుకుంటున్నాను. ఆయన కుమార్తె సీతతో సంబంధం పెట్టుకోవడం ఆయనకి ద్రోహం చెయ్యడమవుతుంది. నేను సీతని ఏనాడూ ఆకర్షింప ప్రయత్నించలేదు. ఆమె నాతో చనువుగా వుంటూ నన్ను ఆకర్షించడానికి ప్రయత్నించింది. కాని నేను లొంగలేదు. బాగా చదివి స్కూలు ఫైనలు పరీక్ష పాసవాలనే దీక్షేగాని ప్రేమకలాపాల్లో చిక్కుకుని నా భవిష్యత్తు పాడుచేసుకోదలుచుకోలేదు. వెంకటాచలంగారు సీతకి పెళ్ళి చేయడానికి నిశ్చయించుకుని, సంబంధం చూసి ముహూర్తం పెట్టడం నాకు తెలుసు. ముహూర్తం నా పరీక్షల రోజుల్లో ఏర్పాటవడం వల్ల నేను పెళ్ళికి వెళ్ళలేదు. పరీక్షలు అయిపోగానే నేను రాజమండ్రినించి మా వూరికి వెళ్ళాను. సీతని మళ్ళీ కలుసుకోలేదు."

"అయితే ఆ రోజుల్లో మీమీద కసి పెట్టుకోడానికి కారణం వున్న మనిషి ఎవరూ మీకు తెలియదంటారా?"

"అవును."

"థాంక్స్! మిమ్మల్ని శ్రమ పెట్టినందుకు క్షమించండి. ఇక నేను వెళతాను."

"ఆ స్కౌండ్రల్‌ని పట్టుకుంటే నాకా విషయం తెలియజెయ్యండి" అని యుగంధర్‌కి షేక్‌హ్యాండ్ యిచ్చాడు విద్యాసాగర్.

తిన్నగా హోటల్‌కి బయలుదేరి దోవలో మద్రాసుకి టిక్కెట్ బుక్ చేసుకున్నాడు యుగంధర్.

10

కన్సల్టింగ్ రూంలో తన రివాల్వింగ్ కుర్చీలో కూర్చున్నాడు యుగంధర్. బల్లకి రెండువైపులా వున్న కుర్చీల్లో రాజు, స్వరాజ్యరావు, ఎదురుగా భాస్కరరావు కూర్చున్నారు.

"భాస్కరరావుగారూ! చాలా శ్రమపడి నేనూ, రాజూ ఎన్నో వూళ్ళు వెళ్ళి చివరికి విద్యాసాగర్ ఆచూకీ తెలుసుకున్నాము. ఆయన్ని అనుమానించడానికి ఎంతమాత్రం అవకాశం లేదని తేల్చుకుని వచ్చాను."

"అయితే ఇక వాణ్ని పట్టుకునే అవకాశం లేదంటారా?" అడిగాడు భాస్కరరావు.

"ఎందుకు లేదు! కావలసినంత అవకాశం వుంది. మీ ద్వారానే అతని ఆచూకీ తెలుస్తుందని నా నమ్మకం."

"అదేమిటి! నా ద్వారా? నాకు తెలిస్తే యింకా యిక్కడ యిట్లా కూర్చుంటానా! వాణ్ణి పట్టుకుని చితకబాదనూ!"

"మీరు కావలసి అతని ఆచూకీ చెప్పడం లేదనీ నేను అనడం లేదు. ఎక్కడ మొదలుపెట్టామో అక్కడికే వచ్చాము మళ్ళీ. ఎటొచ్చీ ఈ దుర్మార్గుడి ఆనవాళ్లు తెలుసుకునేందుకు కొన్ని సూచనలు తెలిశాయి. ఆ సూచనలు ఏమిటి? ప్రాక్టికల్ జోకర్‌ని గురించిన విషయాలు యివి" అని రాజుని రాసుకోమని చెప్పాడు. "పెళ్ళికాక పూర్వమే మీ భార్యతో ప్రాక్టికల్ జోకర్‌కి పరిచయం వుండి వుండాలి. ఆ రోజుల్లో విద్యాసాగర్ మీ మామగారి యింట్లో వారాలు చేసుకుంటున్నాడని అతనికి తెలిసివుండాలి. అంటే ప్రాక్టికల్ జోకర్ మీకు ఆత్మీయుడై వుండాలి. లేకపోతే మీ స్నేహితుల పేర్లు, మీ బంధువుల

చిరునామాలు మొదలైన వివరాలు అతనికి ఎట్లా తెలుస్తాయి?" అన్నాడు యుగంధర్.

"మాకు పెళ్లికాక పూర్వం నా భార్యతో పరిచయం వున్న మనిషి యెవరూ నాకు తెలియదు."

"మీరు పొరబడుతూ వుండవచ్చు. మీకు తెలియకపోవచ్చు. మీ భార్యతో అతనికి పూర్వ పరిచయం వున్నట్లు మీకు చెప్పి వుండదు."

"అతను చెప్పకపోయినా నా భార్య అయినా చెప్పేదిగా!"

"మీ భార్య అతన్ని చూడలేదేమో! చూసినా ఫలానా ఆయన పెళ్ళికాకముందే నా ప్రియుడు అని మీతో ఎలా చెపుతుంది?"

భాస్కరరావు ఆలోచిస్తూ కూర్చున్నాడు. పదినిమిషాలు అందరూ మౌనంగా వున్నారు.

చివరికి తలవిదిలించి "ఎంత ఆలోచించినా నాకు స్ఫురించడం లేదు" అన్నాడు భాస్కరరావు.

"నిస్పృహ చెందకండి. ప్రాక్టికల్ జోకర్ చేతుల్లోకి మీ ఫొటో ఎలా వచ్చింది? అదీ యీమధ్య తీయించుకున్న ఫొటో. ఎక్కడ పడితే అక్కడ మీ ఫొటో దొరకడానికి మీరు సినిమా స్టారూ కాదు, రాజకీయ నాయకులూ కారు. మీస్నేహితుల కెవరికైనా మీ ఫొటో యిచ్చారా?"

"లేదు. ఎవరూ నా ఫొటో అడగనూ లేదు. నేను యివ్వనూ లేదు."

"పోనీ, యీ మధ్య మీరు ఫొటో ఎప్పుడు తీయించుకున్నారు? ఎక్కడ తీయించుకున్నారు? ఎవరు తీశారు?"

"అయిదేళ్ళ క్రితం మా బావమరిది పెళ్ళిలో ఒక గ్రూపుఫొటో తీశారు. ఈ మధ్య మా కంపెనీ మేనేజింగ్ డైరెక్టర్ వచ్చినపుడు ఆఫీసులో ఒక గ్రూప్ ఫొటో తీశారు. నాకు విడిగా ఎవరూ ఫొటో తీయలేదు, నేను తీయించుకోనూ లేదు."

"ఆ రెండు గ్రూపుఫొటోలూ మీ దగ్గిర వున్నాయా?"

భాస్కరరావు తలవూపాడు.

"మీరు రాజుతో వెళ్ళి ఆ ఫొటోలు తీసుకురండి" చెప్పాడు యుగంధర్.

రాజు, భాస్కరరావు వెళ్ళిపోయారు.

ఇరవై నిమిషాల తర్వాత యిద్దరూ తిరిగివచ్చారు. రాజు రెండు గ్రూపుఫోటోలు యుగంధర్ బల్లమీద పెట్టాడు.

“రాజూ! భాస్కరరావు ఫోటో అచ్చువేసిన పత్రిక వున్న ఫైలు తీసియ్యి” చెప్పాడు యుగంధర్.

రాజు ఆ ఫైలు తీసుకువచ్చి బల్లమీద పెట్టాడు. గ్రూపుఫోటోల్లో భాస్కరరావునీ, పత్రికలో భాస్కరరావునీ పోల్చి చూశాడు యుగంధర్. బల్ల సొరుగులోంచి భూతద్దం తీసి మరింత జాగ్రత్తగా పరీక్షించాడు. ఆఫీసు గ్రూప్‌ఫోటో, పత్రికలో ఫోటో, భూతద్దమూ స్వరాజ్యరావుకి యిచ్చాడు. స్వరాజ్యరావు పోల్చి చూసి, తలవూపి రాజుకి అందించాడు వాటిని.

రాజూ, భాస్కరరావు యిద్దరూ చూసి తల వూపారు.

“ఆఫీసు గ్రూపు ఫోటోలోంచే మీ ఫోటో ఎన్‌లార్జి చేశారని తెలుస్తుంది” అంటూ యుగంధర్ ఫోటో వెనక్కి తిప్పి చూశాడు. ఆర్టిస్టిక్ ఫోటోగ్రాఫర్స్, మద్రాస్-1. టెలిఫోన్ నెం. 919192 అని వుంది.

యుగంధర్ రిసీవరు తీసి ఆ నెంబరు తిప్పాడు. “హల్లో! ఆర్టిస్టిక్ ఫోటోగ్రాఫర్ సార్?”

“యస్ సార్!”

“డిటెక్టివ్ యుగంధర్ స్పీకింగ్. ఇండియా మినరల్స్ ఆఫీసు స్టాఫ్‌కి సంవత్సరం కిందట మీరు గ్రూపు ఫోటో ఒకటి తీశారు. ఆ గ్రూప్ ఫోటోకి ఎన్ని కాపీలు తీశారో చెప్పగలరా?” అడిగాడు.

“వన్ మినిట్ సార్!” అవతలనించి.

“నాకు తెలుసు. ఆర్డరు యిచ్చింది నేనే. 55 కాపీలు” చెప్పాడు భాస్కరరావు.

“ఎస్ సార్! 55 కాపీలు. మీకేమైనా కాపీలు కావాలా?” అడిగాడు ఫోటోగ్రాఫరు ఫోనులో.

“మొదట 55 కాపీలకు ఆర్డరు యిచ్చారు. ఈ మధ్య ఎవరైనా ఆ ఫోటో కాపీ కావాలని అడిగితే యిచ్చారా?”

“లేదు సార్!”

"థాంక్యూ" అని రిసీవరు పెట్టేసి భాస్కరరావు వేపు తిరిగి "కేసు కొంచెం సులభమైంది" అన్నాడు.

"ఎలా?" అడిగాడు భాస్కరరావు.

"మీ ఆఫీసులో మొత్తం స్టాఫ్ ఎంతమంది?"

"యాభై ఇద్దరు."

"యాభై అయిదు కాపీలకి ఆర్డరు యిచ్చారు కదూ! మిగతా మూడు కాపీలు ఏం చేశారు?"

"హెడ్డాఫీసుకి ఒకటి పంపించాం. మా ఆఫీసులో ఒకటి తగిలించాము. జనరల్ మేనేజరుకి ఒకటి యిచ్చాము."

"గుడ్. పత్రికలో ప్రచురించిన మీ ఫోటో యీ గ్రూప్‌ఫొటోలోంచి ఎన్‌లార్జి చేసింది. మీ కంపెనీలో వున్న యాభైరెండుమందిలో యెవరో ఒకరు ప్రాక్టికల్ జోకరైనా అయివుండాలి, లేక ఎవరో ఒకరు ప్రాక్టికల్ జోకర్‌కి ఆ ఫొటో ఇచ్చయినా వుండాలి. అవునా?" అడిగాడు యుగంధర్.

భాస్కరరావు తలవూపి "ఆఫీసు స్టాఫ్‌ని కనుక్కోనా?" అడిగాడు.

"నో, ప్లీజ్! ఆ యాభై రెండుమందిలో ప్రాక్టికల్ జోకర్ ఒకరై వుంటే, అతనిమీద అనుమానం కలుగుతోందని అతనికి తెలిస్తే ఐపు లేకుండా పారిపోతాడు. ఈ 52 మందిలో ఎవరూ ప్రాక్టికల్ జోకర్ కాడని నిర్ధారణ చేసుకున్న తర్వాత గ్రూప్ ఫొటో ఎవరైనా ఎవరికైనా యిచ్చారేమో తెలుసుకోవచ్చు. ఇప్పుడు బాగా ఆలోచించి చెప్పండి భాస్కరరావుగారూ! మీ ఆఫీసు ఉద్యోగులలో మీకు ఎవరితోనైనా బాగా స్నేహం వుందా? మీతో ఆత్మీయంగా వుండి, మీ స్నేహితుల, మీ బంధువుల, మీ గురించిన భోగట్టా మీనించి తెలుసుకున్న అతను ఎవరైనా వున్నారా?"

"ఆఫీసుస్టాఫ్‌లో నా స్నేహితుడు అని చెప్పుకోదగ్గవాడు ఒకడే వున్నాడు. భూషణరావు. అతను ప్రాక్టికల్ జోకరా? అతను హత్య చేస్తాడా! నో! నో!" అన్నాడు భాస్కరరావు.

"నో నో అంటున్నారు. అతను ప్రాక్టికల్ అయ్యుండడానికి అభ్యంతరాలు ఏమిటి?"

"భూషణరావు ఆఫీసులో గుమాస్తా. రు.120 జీతం. ప్రాక్టికల్ జోకర్‌కి బాగా డబ్బు వుండి వుండాలని మీరే చెప్పారు. ఈ అభ్యంతరం చాలదూ?"

"భూషణరావు మీ ఆఫీసులో చేరి ఎన్నేళ్ళయింది?"

"రెండేళ్ళయింది."

"అంతకుముందు అతను ఎక్కడ ఉద్యోగం చేశాడు?"

"నాకు తెలియదు. ఎవరి రికమండేషనుతోనో ఉద్యోగం సంపాదించి వుండాలి. హెడ్డాఫీసునించి ఆర్డరు తెచ్చుకున్నాడు."

"అతనికి వయస్సెంత వుంటుంది?"

"నా వయస్సే వుంటుంది. యాభై యాభై అయిదుకి మధ్య."

"అతనికి పిల్లలున్నారా?"

"లేరు. ఒంటిగా వుంటున్నాడు."

"భార్య?"

"పోయి చాలా కాలమైనదని చెప్పాడు."

"మళ్ళీ ఎందుకు పెళ్ళి చేసుకోలేదు?"

"అతని జాతకంలో కళత్రదోషం వుందిట. అందువల్ల చేసుకోలేదని చెప్పాడు."

"అతని యిల్లెక్కడ?"

"చింతాద్రిపేటలో వేదనాయకన్ స్ట్రీట్ నెం.575. మేడమీది గదిలో వుంటున్నాడు.

"మనిషి ఎలా వుంటాడు?"

భాస్కరరావు గ్రూపుఫొటోలో భూషణరావుని చూపించి "చాలా మంచివాడు. సాధువు. అతనికి కోపం రాగా నేను ఎప్పుడూ చూడలేదు" అన్నాడు.

"మీ యింటికి తరచూ వచ్చేవాడా?"

"ఆc చాలాసార్లు వచ్చాడు."

"మీ భార్యకీ, అతనికీ పూర్వపరిచయం వున్నట్లు మాట్లాడుకున్నారా?"

"లేదు. నా భార్య అతనితో అసలు మాట్లాడలేదు."

యుగంధర్ కుర్చీలోంచి లేచాడు. అయిదు నిమిషాలు అటూ యిటూ పచార్లు చేశాడు. "భాస్కరరావుగారూ! మీ స్నేహితుడు భూషణరావు ప్రాక్టికల్ జోకర్ అనుకునేందుకుగానీ, మీ భార్యని హత్య చేశాడని అనుకునేందుకు గానీ అవకాశం లేదు. మీతో ఆత్మీయంగా వుండడం ఒకటే అనుమానించ డానికి ఆస్కారం యిస్తోంది. భూషణరావు ప్రాక్టికల్ జోకర్ కాదని ముందు నిర్ధారణ చేసుకోవాలి. దానికి మీ సహకారం చాలా అవసరం. భూషణరావు తెలుగు దస్తూరి నమూనా కావాలి. అతని కుడిచేతి వేలిముద్రలు కావాలి. ఇవి సంపాదించగలరా?" అడిగాడు.

"ఓ యస్. కష్టమైన పనికాదు."

యుగంధర్ నవ్వి "అంత సులభం కాదు. అతనికి ఏ మాత్రం అనుమానం కలగకూడదు. భూషణరావు నిర్దోషి అయితే, అతన్ని హంతకుడుగా మీరు అనుమానించినట్లు అతనికి తెలిస్తే చాలా బాధపడతాడు. జాగ్రత్త. ఇప్పుడు చెప్పండి! అతనికి అనుమానం కలగకుండా అవి ఎలా సంపాదిస్తారో!"

"ఆంధ్రలో కొన్ని కంపెనీలకి మేము తెలుగులోనే ఉత్తరాలు రాస్తాము. ఏదో కంపెనీకి ఉత్తరం రాయమని భూషణరావుకి చెపుతాను. సంతకం చెయ్యడానికి ఆ ఉత్తరం నా దగ్గిరికే పంపిస్తాడు! దాన్ని పోస్టు చెయ్యకుండా జేబులో పెట్టుకుంటాను. అతని బల్లమీది గాజు పేపర్ వెయిట్ తీసుకువస్తాను. దానిమీద అతని వేలిముద్రలు వుంటాయి."

యుగంధర్ నవ్వి "ఏ ఆఫీసు కుర్రాడో అంతకుముందు ఆ పేపరు వెయిట్ ముట్టుకునుంటే! అది కాదు పద్ధతి. ఆఫీసులో మీకు ప్రత్యేకంగా ఓ గది వుందా?" అడిగాడు.

"ఉన్నది."

"భూషణరావుని మీ గదిలోకి పిలిపించండి. ముందే గాజుగ్లాసు శుభ్రంగా తుడిచి మీ బల్లమీద పెట్టండి. అతను వచ్చి కూర్చున్న తర్వాత కెటిల్‌లో కుర్రాడిచేత కాఫీ తెప్పించండి. కుర్రాడు కాఫీ తేగానే వాణ్ని ఏదో మిషమీద పంపించివేసి మీరే కెటిల్ తీసుకుని గ్లాసులో కాఫీ పొయ్యండి. భూషణరావు కాఫీ తాగి, గదిలోంచి వెళ్ళిపోయిన తరవాత మీరు ఆ గ్లాసు ముట్టుకోకుండా నాకు ఫోను చెయ్యండి. జాగ్రత్త. నన్ను పేరుతో పిలవకండి. 'రెడీగా వుంది'

అని చెప్పండి చాలు. నాకు అర్థమవుతుంది. రాజును పంపిస్తాను. గ్లాసుమీది ముద్రలు తీసుకువస్తాడు."

భాస్కరరావు తలవూపాడు. చేతి గడియారం చూసుకుని "పదిగంటలవు తోంది.ఇక నేను ఆఫీసుకి వెళతాను" అని బయలుదేరాడు.

భాస్కరరావు వెళ్ళిపోగానే "భూషణరావుని అనుమానించడానికి తగిన కారణం లేదని ఎందుకు అన్నారు సార్!" అడిగాడు రాజు.

"అలా చెప్పకపోతే భాస్కరరావు తన మాటల్లోనో, చేష్టల్లోనో అనుమానం బయటపెడితే ప్రమాదం" అన్నాడు యుగంధర్.

✣ ✣ ✣

మధ్యాహ్నం మూడుగంటలకి టెలిఫోన్ మోగింది. యుగంధర్ రిసీవర్ అందుకున్నాడు. "ఇటీజ్ రెడీ!" చెప్పాడు భాస్కరరావు.

"రాజూ! నువ్వు వెళ్ళవచ్చు. వేలిముద్రల సరంజామా తీసుకువెళ్ళు. భూషణరావు రాసిన ఉత్తరం కూడా తీసుకురా" చెప్పాడు యుగంధర్.

రాజు కుర్చీలోంచి లేచి, బల్లమీద వున్న తోలుసంచీ తీసుకుని బయలు దేరాడు. అతను తలుపువరకూ వెళ్ళాక "రాజూ! ఆగు. ఎక్కడికి వెళుతున్నావు?" అడిగాడు యుగంధర్.

"భాస్కరరావు ఆఫీసుకి."

"నువ్వు యిలా వెళితే డిటెక్టివ్ యుగంధర్ అసిస్టెంటు భాస్కరరావుని చూడడానికి వచ్చాడని భూషణరావుకి తెలిస్తే యింకేమైనా వుందా! వేషం మార్చుకో. ఆఫీసులో భూషణరావు నీకు తటస్థపడి నిన్ను అటకాయిస్తే అతనికి ఇచ్చేందుకు మన దగ్గిర వున్న విజిటింగు కార్డులలో ఒకటి తీసుకో" అని యుగంధర్ చెప్పగానే రాజు నవ్వి "ఎక్స్‌క్యూజ్‌మీ సార్! ఎక్సయిట్‌మెంటులో వేషం మార్చుకోవాలన్న విషయం మరిచిపోయాను" అని లోపలికి వెళ్ళి పావుగంట తర్వాత కన్సల్టింగ్ రూంలోకి వచ్చి యుగంధర్‌కి ఎదురుగుండా నిలబడ్డాడు. సైకిలు కట్టు, మల్లుపంచ, గ్లాస్కో లాల్చి, కాఫీరంగు వేస్ట్‌కోటు, గాంధీటోపీ, రిమ్‌లెస్ కళ్ళద్దాలు.

"గుడ్! భాస్కరరావే పోల్చుకోలేడు" యుగంధర్ చెప్పగానే రాజు తన బల్లసొరుగు తెరిచి ఎ.ఆర్.జీవరాజ్, రిప్రజెంటేటివ్, మెహతా అండ్ కో,

బొంబాయి–26 అని అచ్చువేసిన విజిటింగు కార్డులు పది జేబులో పెట్టుకుని బయలుదేరి వెళ్ళి గంట తర్వాత తిరిగివచ్చాడు.

"వెళ్ళిన పని అయిందా?" అడిగాడు యుగంధర్.

"ఆఁ ఇదుగో ఉత్తరం. నేను లాబ్‌లోకి వెళ్ళి వేలిముద్రలు ప్రింటు చేసి తీసుకువస్తాను" అని రాజు యుగంధర్‌కి ఉత్తరం యిచ్చి లాబ్‌లోకి వెళ్ళిపోయాడు.

ప్రాక్టికల్ జోకర్ రాసిన ఉత్తరాలు బల్లమీద పెట్టుకుని భూతద్దం తీసుకుని రాజు తెచ్చిన భూషణరావు ఉత్తరంతో పోల్చి చూశాడు. అదే దస్తూరి.

యుగంధర్ నిట్టూర్చి కుర్చీలో వెనక్కి జారిగిలబడి సిగిరెట్ వెలిగించి తృప్తిగా పొగపీల్చి వదిలాడు.

"ఇవిగో ప్రింట్స్" అంటూ రాజు తడిగా వున్న వేలిముద్రల ఫొటోలు తెచ్చి యుగంధర్ బల్లమీద పెట్టాడు.

"రాజూ, యుగంధర్ ఆ వేలిముద్రలని ప్రాక్టికల్ జోకర్ వేలిముద్రలతో పోల్చి చూసి ఒకరి మొఖం ఒకరు చూసుకున్నారు.

"అమ్మయ్య! వేట అయిపోయింది వెళదామా?" అడిగాడు రాజు.

"ఎక్కడికి?"

"భూషణరావుని పట్టుకునేందుకు."

"రేవతి విషయం మరిచిపోతున్నావు. రేవతిని ఎక్కడ దాచాడో ముందు తెలుసుకోవాలి. తరవాత భూషణరావుని పట్టుకోవాలి. మనం తొందరపడ కూడదు. ఒక్కరోజులో రేవతి ఎక్కడ వున్నదీ మనం కనుక్కోలేకపోవచ్చు. భూషణరావే ప్రాక్టికల్ జోకరని భాస్కరరావుకి తెలియకూడదు సుమా!" యుగంధర్ అంటుండగా తలుపు చప్పుడయింది.

రాజు వెళ్ళి తలుపు తెరిచాడు.

భాస్కరరావు హడావిడిగా లోపలికి వచ్చి "యుగంధర్‌గారూ! ఏమైనా తెలిసిందా?" అడిగాడు.

"భూషణరావు ప్రాక్టికల్ జోకర్ కాడని నిర్ధారణ అయింది. అతని వేలిముద్రలకి, దస్తూరికి ప్రాక్టికల్ జోకర్ వేలిముద్రలకీ, దస్తూరికీ ఎక్కడా పోలిక లేదు" చెప్పాడు యుగంధర్.

భాస్కరరావు దిగులుగా "ఆ దుర్మార్గుడు అంతుచిక్కడం లేదు. రేవతి..." గొంతు వణికింది. కళ్ళవెంట నీటిచుక్కలు జలజలరాలాయి. మాట్లాడలేక తలవంచుకున్నాడు.

"ధైర్యంగా వుండండి భాస్కరరావుగారూ! రేవతికి ఎటువంటి హానీ జరగలేదని నా నమ్మకం. ఒకటి రెండు రోజుల్లో రేవతిని సురక్షితంగా మీ యింటికి తీసుకువస్తాననీ, ఆ దుర్మార్గుణ్ని పట్టుకుంటాననీ మీకు వాగ్దానం చేస్తున్నాను."

భాస్కరరావు యుగంధర్‌వేపు ఆశగా చూసి "నిజంగానా!" అడిగాడు.

యుగంధర్ తలవూపాడు.

11

రాత్రి ఎనిమిది గంటలయింది. చింతాద్రిపేటలో వేదనాయకన్ వీధి 575 నెంబరు ఇంటికి ఎదురుగా వున్న దర్జీకొట్టు అరుగుమీద కూర్చున్నారు మారువేషాల్లో యుగంధర్, రాజు.

వీధి దీపం బాగా దూరంగా వుంది. డిటెక్టివ్‌లు కూర్చున్న ప్రాంతాల వెలుగు లేదు.

"ఇక బయటికి వస్తాడంటారా?" అడిగాడు రాజు.

"రావాలి." అన్నాడు యుగంధర్.

మేడమీద భూషణరావు గదిలో దీపం వెలుగుతోంది. కిటికీ దగ్గిర కూర్చుని పత్రిక చూస్తున్నాడు. ఎనిమిదిన్నర అయింది. భూషణరావు లేచి వంకీకున్న షర్టు తీసుకుని తొడుక్కున్నాడు.

"వస్తున్నాడు" అన్నాడు రాజు.

"నువ్వు అతని వెనకే వెళ్ళు. నేను కొంచెం దూరంలో వస్తాను" చెప్పాడు యుగంధర్.

భూషణరావు వీధిలోకి వచ్చి తాపీగా నడుస్తున్నాడు. అతనికి పదిమీటర్ల వెనక రాజు వెళుతున్నాడు. వాళ్ళిద్దరికీ దూరంగా యుగంధర్.

భూషణరావు భోజన హోటల్లోకి వెళ్ళడం చూసి కాస్త దూరంలోనే ఆగిపోయాడు రాజు.

ఇరవై నిమిషాల తర్వాత భూషణరావు హోటల్లోంచి వచ్చి, ఎదురుగా వున్న కిళ్ళీకొట్టుకి వెళ్ళి ఒక సిగిరెట్, వక్కపొట్లం కొనుక్కుని బయలుదేరాడు.

యుగంధర్, రాజు మళ్ళీ అతన్ని వెంబడించారు.

భూషణరావు తన గదిలోకి వచ్చి దీపం వెలిగించడం చూశారు డిటెక్టివ్‌లు. సిగిరెట్ కాల్చడం అయిపోగానే దీపం ఆర్పివేయడం గమనించారు.

"పడుకుని నిద్రపోతాడేమో!" అన్నాడు రాజు.

"ఉహుం! నిద్రపోడు. ఇతనే ప్రాక్టికల్ జోకర్. ఇతనే హంతకుడు. ఎంత గొప్ప ఆర్టిస్టు! తనని మనం కనిపెడుతున్నామని అతనికి తెలియదు. అయినా తను నటిస్తున్న గుమాస్తా పాత్ర ఔచితికి భంగం కలగకుండా చిన్న చిన్న విషయాలలో కూడా జాగ్రత్త పడుతున్నాడు. ఇతనికి బాగా డబ్బు వుంది. అయినా ఆ చిన్న హోటల్లో భోజనం చేశాడు. సిగిరెట్ డబ్బాయే కొనగలడు. అయినా ఒక సిగిరెట్ కొన్నాడు" అంటూ యుగంధర్ చటుక్కున ఆగిపోయి "ఈ ఇంటికి ఓ సందు, ఆ సందులోకి యింకో గుమ్మం వున్నా యేమో! మనిద్దరం యిక్కడే కాచుకుని ఎంత పొరపాటు చేశాము! నేను వెళ్ళి చూసివస్తాను. నువ్వు యిక్కడే వుండు. భూషణరావు బయటికి వస్తే అతన్ని వెంటాడు. నేను మిమ్మల్ని అనుసరించి వచ్చేందుకు వీలుగా గుర్తులు వేస్తూ వెళ్ళు" రాజుకి చెప్పి యుగంధర్ వెళ్ళిపోయాడు.

పావుగంట తరవాత తిరిగివచ్చి "రాజూ! వెనక సందున్నది. ఆ సందులోంచి ఈ యింట్లోకి తలుపున్నది. ఆ తలుపు దగ్గిరకేసి వుంది. నేను వెళ్ళి అక్కడ కాపుంటాను. నువ్వు యీ వేపు కాచుకో" అని యుగంధర్ వెనక సందులోకి వెళ్ళి చీకటిగా వున్న చోట నిలబడ్డాడు.

గంటయింది. రెండు గంటలయింది. తెల్లారి నాలుగు గంటలవుతోంది. భూషణరావు అంతులేడు. గదిలోంచి బయటికి రాలేదు. నిద్రపోతున్నాడా! తనూ, రాజూ కాపు కాస్తున్న విషయం గ్రహించాడా! గ్రహించి వుంటే ప్రమాదమే! అని యుగంధర్ ఆలోచిస్తుండగా దూరాన ఓ నీడ కదులు తున్నట్లయింది. ఎవరది! అడుగులు చప్పుడు కాకుండా నడుస్తున్నారు. దొంగా!

సాఫ్ట్ రబ్బర్ సోల్స్ అయి వుండాలి. చటుక్కున తలుపు తోసి యింట్లోకి వెళ్ళాడు ఎవడో. అది భూషణరావు వుంటున్న యిల్లు. భూషణరావేనా! స్పష్టంగా కనిపించలేదు యుగంధర్‌కి. భూషణరావే అయితే ఎప్పుడు బయటికి వెళ్ళాడు? మేడమీద తన గదిలో దీపం ఆర్పేసి వెంటనే వెళ్ళిపోయి వుండాలి. తను ఆ సందులోకి వచ్చి కాపు కాయక పూర్వమే భూషణరావు జారుకుని వుండాలి. బెటర్ లక్ టుమారో!' అనుకున్నాడు యుగంధర్.

మర్నాడు రాత్రి ఎనిమిది గంటలకల్లా వెనక సందులో చెరొక చివర్న యుగంధర్, రాజు కాపు కాస్తున్నారు. ముందు గుమ్మంవేపు ఇన్‌స్పెక్టర్ స్వరాజ్యరావు, సార్జంటు శివం మారువేషాలలో కాచుకున్నారు. అంతేకాదు, నేపియర్ పార్కు ప్రాంతాల ఒక పాతకారులో నలుగురు డిటెక్టివ్ కానిస్టేబుల్స్ తయారుగా వున్నారు. ఈ రాత్రికూడా భూషణరావు తమని మాయచేసి తప్పించుకుపోకుండా పటిష్టమైన వల పన్నాడు యుగంధర్.

సరిగా ఎనిమిదిన్నరకి భూషణరావు వెళ్ళి హోటల్లో భోజనం చేసి వచ్చి గదిలో దీపం ఆర్పాడు. పదినిమిషాల తర్వాత వెనకతలుపు చప్పుడు చెయ్యకుండా తెరిచి సందులోకి వచ్చాడు. అరక్షణం యిటూ అటూ చూసి కుడివైపు తిరిగి త్వరత్వరగా నడవడం ప్రారంభించాడు. అతను తనవేపే వస్తుండడం గమనించి యుగంధర్ నక్కి చీకట్లో నిలుచున్నాడు.

భూషణరావుకి అనుమానమే లేదు తనని ఎవరో వెంటాడుతున్నారని. గూడకట్టు పంచ మోకాళ్ళమీదికి మడుచుకుని కూనిరాగం తీస్తూ యుగంధర్ ముందునించి వెళ్ళిపోయాడు. అతను బాగా దూరం వెళ్ళిన తరవాత యుగంధర్ కదిలాడు.

కూం నది పక్క రోడ్లో నడిచివెళ్ళి వినోద్ సినిమా థియేటర్ ముందు ఆగి బానర్స్ చూస్తున్నాడు భూషణరావు. చటుక్కున థియేటర్లోకి వెళ్ళి 67 నయాపైసల టిక్కెట్టు కొనుక్కుని హాల్లోకి వెళ్ళాడు.

"సార్! సినిమా చూడడానికేనా అంత రహస్యంగా గదిలోంచి వెనకవేపు సందులోకి వచ్చాడు?" అడిగాడు రాజు యుగంధర్‌ని.

"నువ్వూ నా వెనకే వచ్చావా?" అని "మనం అనుకున్నంత సులభంగా బుట్టలో పడే మనిషి కాడు. ఏ క్షణాన్నయినా అతను థియేటర్లోంచి వచ్చి టాక్సీ ఎక్కి వెళ్ళిపోవచ్చు. లేదా సినిమా పూర్తయిన తరవాత జనంలో కలిసి బయటికి వచ్చి టాక్సీ ఎక్కవచ్చు. మనం వెయ్యి కళ్ళతో కనిపెడుతూ వుండాలి యిక్కడ. అవసరమైతే అతన్ని వెంబడించేందుకు టాక్సీ యిప్పుడే ఏర్పాటు చేసుకోవాలి. నువ్వు ఆ ఏర్పాటు చెయ్యి. నేను యిక్కడే వుంటాను" చెప్పాడు యుగంధర్ రాజుకి.

పన్నెండు ముప్పావుకి సినిమా పూర్తయింది. సినిమా హాల్లోంచి జనం గుంపులు గుంపులుగా రోడ్మీదికి వస్తున్నారు.

గేటుకి చెరోపక్కన నిలబడి రాజు, యుగంధర్ భూషణరావు కోసం కాచుకున్నారు. వీళ్ళిద్దరూ అనుభవశాలురైన డిటెక్టివ్‌లు. ఒక మనిషిని ఒకసారి చూస్తే ఆ మనిషిని మళ్ళీ గుర్తుపట్టడానికి అతని మొహం పరకాయించి చూడవలసిన అవసరం లేదు. నడక తీరో, జుట్టో, భుజాలో, మెడో ఏ ఒక్కటి చూసైనా యిట్టే గుర్తుపట్టేస్తారు.

రాజే ముందు చూశాడు. కదిలాడు. రాజు కదలడం చూసి యుగంధర్ ముందుకి నడిచాడు.

టాక్సీకోసం పేవ్‌మెంటుమీద ఆగి యిటూ అటూ చూస్తున్నాడు అతను. భూషణరావేనా! మీసాలున్నాయి. కళ్ళద్దాలు పెట్టుకున్నాడు. గూడకట్టు కాదు. పాంటు తొడుక్కున్నాడు.

యుగంధర్‌కి, రాజుకి తెలుసు అతను భూషణరావేనని. సినిమా థియేటర్‌లో వేషం మార్చుకున్నంత మాత్రాన తమ కళ్ళల్లో కారం కొట్టి పారిపోగలడా అని నవ్వుకున్నాడు యుగంధర్.

భూషణరావు టాక్సీ ఎక్కాడు. కదిలింది అది. టాక్సీ నెంబరు చూసుకుని జ్ఞాపకం పెట్టుకునేందుకు ఆ నెంబరు రెండుసార్లు స్మరించుకుని "క్విక్! మన టాక్సీ ఏదీ?" అడిగాడు యుగంధర్ రాజుని.

"ఇదే!" అన్నాడు రాజు వాళ్ళముందుకి వచ్చి ఆగిన టాక్సీని చూపించి.

ఇద్దరు డిటెక్టివ్‌లూ టాక్సీ ఎక్కారు.

"డ్రైవర్! ముందు వెళుతున్న ఆ మారిస్‌ని వెంటాడాలి. వెంటాడుతున్నట్టు ఆ కారులో వున్న మనిషికి తెలియకూడదు. జాగ్రత్త" అన్నాడు యుగంధర్.

"అదెలా సార్! కారు వెనకే వెళితే తెలియదూ!" గొణిగాడు డ్రైవర్.

"కారాపు!" గర్జించాడు యుగంధర్.

"రాజూ! నువ్వు తీసుకో వీల్. సెకండ్స్ ఆర్ ప్రెషస్!" యుగంధర్ అనగానే రాజు దిగి "జరుగు" అన్నాడు డ్రైవర్ని.

"ఇదేమిటి!" డ్రైవర్ యింకా ఏదో అనబోతుంటే "పోలీస్ వ్యవహారం జాగ్రత్త" అని రాజు అతన్ని పక్కకి తోసి డ్రైవింగ్ సీటులోకి ఎక్కి డ్రైవ్ చెయ్యడం ప్రారంభించాడు.

చాలాదూరం వెళ్ళింది భూషణరావు ఎక్కిన టాక్సీ. రాజు వేగం హెచ్చించాడు. రెండు చక్రాలమీదే మలుపు తిరుగుతోంది కారు. రాష్ డ్రైవింగ్‌కి పేరుబడ్డ ఆ డ్రైవరే గుప్పిట్లో పెట్టుకున్నాడు ప్రాణాలు.

రాజుది రాష్ డ్రైవింగ్ కాదు. ఎఫిషియెంట్ డ్రైవింగ్!

భూషణరావు టాక్సీ మాసిలామణి వీధిలోకి తిరగడం చూసి, రాజు తనికాచలం రోడ్‌మీదే టాక్సీ ఆపి, దిగి, వీధి మొదలుకి పరిగెత్తి అక్కడ నిలబడి చూశాడు టాక్సీ ఎటు వెళుతుందో.

నాలుగిళ్ళ అవతల టాక్సీ ఆగింది. భూషణరావు టాక్సీ దిగి డ్రైవర్‌కి డబ్బు యివ్వడం, కారు హెడ్‌లైట్స్ వెలుగులో రాజు చూశాడు.

టాక్సీ వెళ్ళిపోగానే, భూషణరావు యింట్లోకి వెళ్ళాడు.

ఆ విషయం యుగంధర్‌కి చెప్పాడు రాజు.

"నువ్విక్కడే వుండు. నీ టాక్సీ మళ్ళీ మాకు అవసరం కావచ్చు" యుగంధర్ టాక్సీ డ్రైవర్‌కి చెప్పాడు. ఎందుకయినా మంచిదని రాజు కారు తాళంచెవి జేబులో పెట్టుకున్నాడు.

వీధిదీపాల వెలుగు తమమీద పడకుండా, నీడల్లో నడుస్తూ మాసిలామణి వీధిలోకి వెళ్ళారు యుగంధర్, రాజు. భూషణరావు వెళ్ళిన ఇంటికి కొంచెం దూరంలో ఆగారు.

ఒక చిన్న బంగళా పోర్టికోలో స్టాండర్డు కారు వుంది.

"ఇది ఎవరిల్లో!" అన్నాడు రాజు.

"భూషణరావుదే అయివుంటుంది" యుగంధర్ అంటుండగా హాలు తలుపు తెరుచుకుని ఎవరో పోర్టికోలోకి వచ్చారు.

బ్రౌను సూటు, ఫెల్టుహేటు, తళతళ మెరుస్తున్న బూట్సులు, చేతిలో సిగిరెట్ డబ్బా– మారిపోయాడు భూషణరావు. మార్చేసుకున్నాడు వేషం.

అతను స్టాండర్డు కారు ఎక్కి స్టార్టు చెయ్యగానే "పద! ఆ కారు హెడ్‌లైట్సు వెలుగు మనమీద పడిందంటే మన శ్రమ అంతా వృధా అవుతుంది" అని తాము వచ్చిన టాక్సీ దగ్గిరికి పరిగెత్తాడు యుగంధర్. రాజూ వెనకే పరిగెత్తాడు.

ఒక్క ఉరుకున డ్రైవింగ్ సీటులోకి గంతేసి టాక్సీ స్టార్టు చేశాడు రాజు. దీపాలు వెలిగించకుండానే తోలుతూ వెంటాడాడు స్టాండర్డు కారుని.

పూనమల్లి హైరోడ్ మీద ఒక గేటులోకి తిరిగింది భూషణరావు కారు.

"చాలా పెద్ద బంగళా సార్!" అన్నాడు రాజు.

టాక్సీని అక్కడే వుండమని చెప్పి యిద్దరూ గేటుముందునించి పేవ్‌మెంట్ మీద నడిచారు.

గేటు మూసి వుంది. అవతల గోడపక్కన కూర్చుని బీడీ తాగుతున్నాడు జవాను. గేటునించి యింటికి దాదాపు రెండువందల మీటర్ల దూరం వుంటుంది యిల్లు. ప్రహరీ గోడ పక్కనే పేవ్‌మెంటు మీద నడిచారు కొంతదూరం.

"రాజూ! మనం ఆ యింట్లో ప్రవేశించాలి" అన్నాడు యుగంధర్.

"పదండి, ఈ గోడ దూకడం ఏమంత కష్టం కాదు" రాజు చెప్పాడు.

గోడ దూకారు. గుబురుగా వున్న క్రోటన్ల మధ్యనించి బంగళావైపు వెళ్ళారు.

మేడమీద మాత్రం దీపాలు వెలుగుతున్నాయి. ఓ కిటికీలోంచి భూషణరావు నీడ కనిపించింది.

అయిదు నిమిషాల తర్వాత ఆ కిటికీలోంచి ఒక స్త్రీ నీడకూడా కనిపించింది.

జేబులోంచి బైనాక్యులర్స్ తీసి చూశాడు రాజు. "రేవతి!" అన్నాడు ఎక్సయిట్‌మెంట్‌తో.

యుగంధర్ ఆ యింటిగోడలని పరీక్షగా చూసి "ఈ నీటిగొట్టం పట్టుకుని పైకి ఎక్కలేమా?" అడిగాడు రాజుని.

రాజు చిన్నగా నవ్వి "నేను ఎక్కగలను. మీ బరువు తట్టుకుంటుందో లేదో!" అన్నాడు.

"ముందు నువ్వు ఎక్కు. తరవాత నేను వస్తాను. నీటిగొట్టం నా బరువుకి విరిగి నేను కిందపడ్డా నువ్వు భూషణరావుని పట్టుకోవచ్చు" చెప్పాడు యుగంధర్. నీటిగొట్టం విరగలేదు. ఇద్దరూ డాబామీదికి వెళ్ళి భూషణరావు, రేవతి వున్న గది తలుపు పక్కన నిలుచున్నారు.

12

"రేవతీ! నిద్రపోతున్నావా?"

రేవతి ఉలిక్కిపడి లేచి కూర్చున్నది.

"ఎందుకలా భయపడతావు! లేచి వెళ్ళి మొహం చన్నీళ్ళతో కడుక్కురా! ఏడ్చి, ఏడ్చి నీ మొహం పీక్కుపోయింది" అంటూ సోఫాలో కూర్చుని సిగిరెట్ వెలిగించాడు భూషణరావు.

రేవతి లేచి కిటికీ దగ్గిరికి వెళ్ళి నిలబడింది అతని పక్కన కూర్చోవడం యిష్టంలేక.

"రేవతీ, నాకు సహనం పోయింది. నేను మంచిగా వుంటే నువ్వు దారికి వస్తావేమోనని యిన్నాళ్ళు ఓపిక పట్టాను. నువ్వు ఎంత గింజుకున్నా యివాళ నిన్ను వదలను. నిన్ను పొంది తీర్తాను" అన్నాడతను.

రేవతి మొహం పాలిపోయింది. వణుకుతోంది. "ప్రపంచంలో యింతమంది ఆడవాళ్ళు వుండగా నామీదే నువ్వు యిలా..."

పకపకా నవ్వాడు భూషణరావు. "కసి... రేవతీ! కసి! మీ అమ్మమీద కసి! నా పగ తీర్చుకోడానికి నిన్ను మలినం చేసి, పిప్పి చేసి, అసహ్యం చేసి, వీధిలో వొదిలిపెట్టి వెళ్ళిపోతాను. అప్పటికి గాని నా కసి తీరదు" అన్నాడు.

"మా అమ్మమీద కసా! మా అమ్మ నీకేం అపచారం చేసింది?"

"చెపుతాను విను. నేను ఎవరికీ చెప్పలేదు. ఎన్నేళ్ళనించో ఆ గాయాన్ని నాలో దాచుకున్నాను. ఆ కసిని నాలో పెంచాను. మొదటిసారి చెపుతున్నాను నీకు, విను. నాకు తల్లిదండ్రులు లేరు. అన్నదమ్ములు లేరు. అక్కచెల్లెళ్ళూ లేరు. ఎక్కడ పుట్టానో, ఎలా పెరిగానో నాకు తెలియదు. రాజమండ్రి వీధుల్లో నేను ముష్టి ఎత్తుకుంటూ వుంటే చదువుకోమనీ, స్కూలుకీ, పుస్తకాలకీ తను డబ్బు యిస్తాననీ, కొందరి యిళ్ళల్లో వారాలు ఏర్పాటు చేస్తానని మున్సిపల్ హైస్కూల్ హెడ్‌మాస్టర్ చెప్పి తీసుకువెళ్ళాడు నన్ను. చదువుకుంటున్నాను. పద్ధెనిమిదేళ్ళు వచ్చాయి. మీ తాతగారు వెంకటచలంగారు వారానికి రెండుపూట్ల అన్నం పెట్టేవారు నాకు. మీ అమ్మకి అప్పటికి పెళ్ళి కాలేదు. చాలా అందంగా వుండేది. ఇప్పుడు నిన్ను చూస్తే మీ అమ్మే జ్ఞాపకం వస్తోంది. అందంగా వుందనుకున్నానే కాని ఆశతో మీ అమ్మని చూడలేదు. తిండికి గతిలేని నేనెక్కడ! మీ అమ్మ ఎక్కడ! ఎవరూ చూడనప్పుడు మీ అమ్మని చూసి ఆనందపడేవాణ్ని. నేను తన అందం చూసి ముగ్ధుణ్ణి కావడం మీ అమ్మ గమనించింది. నన్ను కవ్వించింది. ప్రోత్సహించింది. ఏదో వంకన నన్ను ముట్టుకునేది. పెదిమలు తడిచేసి నన్ను ఆహ్వానించేది. కళ్ళలోకి చూసి కోర్కెలు రగిలించేది. నేను పిచ్చివాణ్నయిపోయాను. నాకు సీత తప్ప ప్రపంచంలో ఎవరూ కనిపించేవాళ్ళుకారు. నేనే ఉత్తరం రాశాను నా ప్రేమ తెలియపరుస్తూ. జవాబు రాయలేదు కాని చెయ్యి కడుక్కోడానికి బావిదగ్గిరికి వెళ్ళినపుడు నన్ను ముద్దు పెట్టుకుంది. ఆరునెలలు నాకు స్వర్గం చూపించింది. నన్ను పెళ్ళిచేసుకుంటానని మాట యిచ్చింది. తన తల్లిదండ్రులు ఒప్పుకోరనీ, నాతో లేచివస్తాననీ చెప్పింది. ఇంకా బాగా జ్ఞాపకం వుంది ఆరోజు. రాత్రి తొమ్మిది గంటలకి గోదావరి స్టేషన్లో కలుసుకుంటాననీ, మద్రాసు వెళ్ళి రహస్యంగా పెళ్ళి చేసుకుందామనీ చెప్పింది. రాత్రంతా స్టేషన్లో కాచుకున్నాను. సీత రాలేదు. పొద్దున్నే ఏదో వంకన మీ తాతగారి యింటికి వెళ్ళాను. సీత యింట్లో లేదు. రాత్రి మీ తాతగారి యింటికి అన్నానికి వెళ్ళాను. హాల్లో

కూర్చుని కుట్టుకుంటోంది. నావేపు చూడనుకూడా లేదు. తను ఎందుకు రాలేదో ఒకమాట, ఒక చూపు, ఒక నవ్వు- ఏదీ లేదు. నేనెవడిలాగో ప్రవర్తించింది. ఒక్కసారి విడిగా సీతని కలుసుకుని ఎందుకు రాలేదో కనుక్కోవాలని ఆ యింటి ప్రాంతాల ఎంత తారట్లాడినా సీతని కలుసుకునే అవకాశం కలగలేదు. కాని నాలా ఆ యింట్లో వారాలు చేసుకుంటున్న విద్యాసాగర్ అనే కుర్రవాడితో కులకడం చూశాను. నా ఒళ్ళు మండిపోయింది.

రెండునెలలు గడిచాయి. సీతకి పెళ్ళి నిశ్చయమైంది. ఒకరోజు నేను వాళ్ళ యింటికి అన్నానికి వెళ్ళినపుడు సీత వొంటిగా వుంది. తల్లిదండ్రులు బజారుకి వెళ్ళారు. అప్పుడడిగాను నన్ను ఎందుకు మోసం చేశావని.

నవ్వింది. 'తోచక సరదాగా నీతో ఆడుకున్నాను. నువ్వంటే ప్రేమేమిటి! నువ్వెక్కడ? నేనెక్కడ?' అన్నది చులకనగా.

అప్పుడే నిశ్చయించుకున్నాను. ఎట్లాగైనా, ఎన్ని కష్టాలు పడైనా సీతమీద కసి తీర్చుకోవాలని.

చదువు మానేశాను. కూలీగా బర్మా వెళ్లాను. మలయా, సిలోన్ తిరిగాను. లక్షల డబ్బు సంపాదించాను. నేను అనుభవించేందుకు కాదు. నాకు సుఖం ఇస్తుందని కాదు. నా కసి తీర్చుకునేందుకు ఉపయోగిస్తుందని డబ్బు సంపాదించాను.

రెండేళ్ళ క్రితం యీ దేశం వచ్చాను. మీ అమ్మ ఎక్కడ వున్నదో తెలుసుకునేందుకు ఆరునెలలు పట్టింది. మీ నాన్న ఉద్యోగం చేస్తున్న కంపెనీలో ఉద్యోగం సంపాదించాను. మీ నాన్నతో స్నేహం చేసుకున్నాను. ప్రాక్టికల్ జోకర్‌గా మీ బతుకులు దుర్భరం చెయ్యడం ప్రారంభించాను. ఇవన్నీ చేస్తున్నది నేనేనని మీ అమ్మకి తెలియాలి. తెలిస్తేగాని నాకు తృప్తి కలగదు. నిన్ను ఆస్పత్రిలో వదిలి మీ అమ్మ యింటికి వెళ్ళిందనీ, యింట్లో వొంటిగా వుందనీ తెలుసుకుని మీ యింటికి వెళ్ళాను. నేనే ప్రాక్టికల్ జోకర్‌ననీ, నిన్ను చెరచడానికి ప్రయత్నించాననీ చెప్పగానే మీ అమ్మకి కోపం రెచ్చిపోయి రౌద్రాకారం దాల్చి కత్తిపీట తీసుకుని నామీద వురకపోయింది. భయం వల్లా, ఆత్మరక్షణ కోసం

మొలలో వున్న కత్తితీసి మీ అమ్మని పొడిచాను. మీ అమ్మని హత్య చేయాలన్న వుద్దేశంతో మీ యింటికి వెళ్ళలేదు. మీ అమ్మ చనిపోగానే నా దుఃఖానికి అంతులేదు. ఆమె పోయిందని కాదు... నా కసి యింకా తీరనిదే సీత పోయిందని."

"అమ్మా!..." కేకేసింది రేవతి. "నిజంగా అమ్మని చంపావా? లేక యిదీ ప్రాక్టికల్ జోకేనా?" అన్నది రేవతి.

భూషణరావు నవ్వి శూన్యంలోకి చూస్తూ "సీతా! ఎక్కడున్నావు! చూడు నీ కూతురి గతి ఏమవుతుందో!" అంటూ రేవతిని చెరచబోతున్నాడు.

"నన్ను ముట్టుకోకు రాక్షసుడా!" అరిచింది రేవతి.

భూషణరావు నవ్వుతూ "ఎవరు నిన్ను కాపాడగలరు! చచ్చి నరకంలో వున్న మీ అమ్మా!" అంటూ యింకో అడుగు ముందుకి వేశాడో లేదో "నేను కాపాడుతాను" అంటూ ఒక్క వురుకున గదిలోకి వచ్చి, భూషణరావు రెండుచేతులూ వెనక్కి విరిచి పట్టుకున్నాడు యుగంధర్.

అయిపోయింది